அந்தமான

செல்லுலார் சிறை ஒரு வரலாறு

மு. கோபி சரபோஜி

ANDAMAN - CELLULORE SIRAI ORU VARALARU (in Tamil)
M. Gopi Saranpogi
First Published: December, 2018

Published by

BHARATHI PUTHAKALAYAM
7, Elango Salai, Teynampet, Chennai - 600 018
Email: thamizhbooks@gmail.com
www.thamizhbooks.com

அந்தமான் – செல்லுலார் சிறை ஒரு வரலாறு

மு. கோபி சரபோஜி

முதல் பதிப்பு: டிசம்பர், 2018

வெளியீடு:

7, இளங்கோ சாலை, தேனாம்பேட்டை, சென்னை-600 018.
தொலைபேசி : 044 -24332424, 24356935 விற்பனை: 24332924

விற்பனை நிலையங்கள்

மதுரை: 37A, பெரியார் பேருந்து நிலையம் – 045 22324674
ஈரோடு: 39: 39 ஸ்டேட் பாங்க் சாலை – 9245448353
திண்டுக்கல்: பேருந்து நிலையம் – 9942331105, 9976053719
பழனி: பேருந்து நிலையம் அருகில் – 9442883696
திருப்பூர்: 447, அவினாசி சாலை – 9486105018
சேலம்: பாலம் 35, அத்வைத ஆஸ்ரமம் சாலை 0427 2335952
திருவல்லிக்கேணி: 48, தேரடி தெரு – 9444428358
வடபழனி: பேருந்து நிலையம் எதிரில் அடையார்
ஆனந்தபவன் மாடியில் – 9444476967
பெரம்பூர்: 52, கூக்ஸ் ரோடு – 9444373716
திருவாளூர்: 35, நேதாஜி சாலை – 9442540543
சேலம்: 15, வித்யாலயா சாலை சாலை
திருநெல்வேலி: 25A, ராஜேந்திரநகர் – 9442149981
அருப்புக்கோட்டை: 31, அகமுடையார் மஹால் – 9994173551
மதுரை: சர்வோதயா மெயின்ரோடு
குன்னூர்: N.K.N வணிக வளாகம் பெட்போர்ட்
செங்கல்பட்டு: 1 D ஜி.எஸ்.டி சாலை – 044 27426964
விருதுநகர்: 131, கச்சேரி சாலை – 0456 2245300
கும்பகோணம்: 352, ரயில் நிலையம் எதிரில் – 9443995061
வேலூர்: பேஸ் III, சத்துவாச்சாரி – 9442553893
நெய்வேலி: பேருந்து நிலையம் அருகில், – 9443659147
தஞ்சாவூர்: காந்திஜி வணிக வளாகம் காந்திஜி சாலை – 9655542400
கோவை: 77, மசக்காளிபாளையம் ரோடு, பீளமேடு – 8903707294
திருச்சி: வெண்மணி இல்லம், கரூர் புறவழிச்சாலை – 9994289492
திருவண்ணாமலை: முத்தம்மாள் நகர்
நாகர்கோவில்: 699 கே.பி.ரோடு R.V. புரம் – 9443450111
சிதம்பரம்: 22A /18B தேரடி கடைத் தெரு,
கீழவீதி அருகில் – 9994399347
கரூர்: நாரத கானசபா அருகில் (TNGEA OFFICE)– 9442706676

நினைத்த நூல்கள்... நினைத்த நேரத்தில்...
thamizhbooks.com   (C) 9444960935

அச்சு: கணபதி எண்டர்பிரைசஸ், சென்னை – 600 002.

<h1 style="text-align:center">என்னுரை</h1>

இன்பச் சுற்றுலாவுக்காக இன்று அந்தமான் வருபவர்களுக்கும், பிழைப்பிற்காக வந்து அங்கேயே குடியேறி விட்ட இந்தியாவின் இதர பகுதியினருக்கும், இன்றைய தலைமுறையினருக்கும் அந்தமானின் முந்தைய கொடூர முகத்தின் சுவடுகளைச் சொல்லும் எச்சங்களாய் நிற்பதுதான் 'அந்தமான் கூண்டுச்சிறை' (cellular cell). தனி மனிதனுக்கு இருக்கும் வரலாற்றைப் போல இச்சிறைக்கும் ஒரு வரலாறு உண்டு.

ஹிட்லர், முசோலினி, இடிஅமீன் ஆகியோரின் வாழ்க்கை வரலாறுக்கும், அந்தமான் கூண்டுச்சிறையின் வரலாறுக்கும் நெருங்கிய தொடர்பு உண்டு. இரு வரலாறுகளும் கொடூரத்தின் உச்சங்களில் உருவானவை. கவிஞர் வைரமுத்து பதிவு செய்துள்ள வரியில் சொன்னால் சுதந்திரத்திற்காக சிந்தப்பட்ட இரத்தத்தின் வாசனையை இச்சிறைச் சாலையில் நுகரலாம். அந்த அளவுக்கு கொடூரங்களின் கட்டமைப்பினைக் கொண்டது அந்தமான் கூண்டுச்சிறையின் வரலாறு! தாங்கள் அடைபட்டுக் கிடக்கப்போகும் சிறைச்சாலையைத் தாங்களே கட்டிக் கொண்டதும், கட்டிய சிறையில் சித்ரவதைகளுக்குள்ளாக்கப்பட்டதுமான வரலாறு வேறு எந்தச் சிறைச்சாலைகளுக்கும் இல்லை.

அக்காலப் பேரரசர்களின் கட்டட, சிற்ப, ஓவிய கலைகளுக்குச் சான்றாக இந்தியா முழுவதும் பரவிக்கிடக்கின்ற எத்தனையோ சான்றுகளைப் போல நம் விடுதலைப் போராட்டத்தில் புரட்சி முகம் கொண்ட வீரர்களின் பங்களிப்பிற்கான சான்றாகவும், 'சுதந்திரம்' என்பதை ஏளனமாய், எகத்தாளமாய் நினைக்கும் இன்றைய தலைமுறைகளுக்கு சுதந்திரமற்று இன்னொருவரின் அடிமையாய் இருப்பதன் கொடூரத்தைக் காட்டும் காலக் கண்ணாடியாகவும் அந்தமான் கூண்டுச் சிறைச்சாலை திகழ்கிறது என்றால் அது மிகையற்ற உண்மை.

சுதந்திரம் வெறும் அகிம்சையால் மட்டும் வரவில்லை. அதற்காக ஆங்கிலேயர்களிடம் இம்சைகள் பட்ட வரலாறும் நம் சுதந்திரத்திற்கு உண்டு. அகிம்சைவாதிகள் ஆங்கிலேயர்களிடம் அடிபட்டுக்கொண்டே குரல் கொடுக்க, அடித்தவனின் அடித்தளத்தையே ஆட்டுவித்து குரல் கொடுத்தவர்கள் புரட்சியாளர்கள். 'நான் புதைக்கப்படவில்லை.

விதைக்கப்படுகிறேன்'' என முழங்கி நின்ற பகத்சிங்கைப் போல விதையாய் விழுந்து மற்றவர்களை வீரத்தோடு எழ வைத்த அத்தகைய புரட்சியாளர்களில் பலர் விதைக்கப்பட்ட இடம் அந்தமான் சிறைக்கூடம்! அதுவும் சாதாரணமாக விதைக்கப்படவில்லை. சித்ரவதைகளால் சிதைக்கப்பட்டும் வார்த்தைகளால் வஞ்சிக்கப்பட்டும், கால்களால் உதைக்கப்பட்டும் புதைக்கப்பட்டனர்.

''கத்தியின்றி, இரத்தமின்றி பெறப்பட்ட சுதந்திரம் எங்கள் சுதந்திரம்'' என போலிவேசம் போட்டு பிதற்றித் திரியும் போலித்தனம் என்று ஒழிகிறதோ அன்று தான் இந்திய சுதந்திரப் போராட்டத்தின் தன் தாய் நாட்டின் விடுதலை வரலாற்றை நம் தலைமுறைகள் முழுமையாகவும், உண்மையாகவும் அறிந்து கொள்ள முடியும். அத்தகைய அறிதலுக்கு வகை செய்யும் வழிகளில் ஒன்றாக செந்நீர் (இரத்தம்) சிந்தியும் பெற்றது தான் எங்கள் சுதந்திரம் என உரக்கச் சொல்ல ஆசைப்பட்டேன். அந்த ஆசையின் வெளிப்பாடு தான் இச்சிறிய தொகுப்பு!

இதில் அந்தமானின் ஆரம்பநிலை, அதற்கடுத்த நிலை, சிறைச்சாலை உருவாவதற்கு அடிப்படையான விசயங்கள், சிறைச்சாலை கட்டப்பட்டவிதம், அங்கு தரப்பட்ட தண்டனைகள், உரிமைகள் கேட்டு விடுதலை வேங்கைகள் நடத்திய உண்ணாவிரதங்கள் இரண்டாம் உலக யுத்தத்திற்குப் பின் அந்தமானின் நிலை ஆகியவைகளோடு இச்சிறைச்சாலைக்குள் அடைக்கப்பட்ட வீரர்கள் இந்திய மண்ணில் ஆங்கிலேய அரசுக்கு எதிராக நடத்திய மயிர்கூச்செறிய வைக்கும் சம்பவங்களையும் சொல்ல முயன்றிருக்கின்றேன். இது அத்தகைய நம் புரட்சி வீரர்களின் தைரியத்தையும், சுதந்திரவேட்கையின் வீரியத்தையும் படிக்கின்ற உங்களுக்குள் ஊடுருவி உணர வைக்கும் என நம்புகிறேன்.

இத்தொகுப்பைத் தயார்செய்வதற்கு வேண்டிய ஆவணங்களை, தகவல்களை சேகரித்து தந்து உதவிய நண்பர்களுக்கு நன்றி கூறும் இவ்வேளையில் இந்நூலை சிறப்பாக வெளியீடு செய்த பாரதி புத்தகாலய பதிப்பாளர், அதன் குழுவினருக்கும் என் நன்றிகளை கூறிக் கொள்கின்றேன்.

வாசகர்களாய் படிக்கப் போகும் உங்களிடமிருந்து வணக்கம் கூறி விடைபெற்றாலும் உங்களின் எண்ணம் அறியக் காத்திருக்கின்றேன்.

ஜெய்ஹிந்த்

பிரியமுடன்

மு. கோபி சரபோஜி

nml.saraboji@gmail.com

நாட்டு விடுதலைக்காக முழக்கமிட்டவர்களை சித்ரவதை செய்து புதைக்கப் பயன்படுத்தப்பட்ட ஒரு சிறைச்சாலையின் வரலாறு!

நுழைவாயில்

1

அந்தமான் – நிக்கோபார் தீவுகள்

"அந்தமானைப் பாருங்கள் அழகு" என்று கவிஞர் தன் பாடலில் எந்த மானை நினைத்துச் சொன்னாரோ... தெரியாது. ஆனால், அந்தப் பாடலைப் போலவே அந்தமான் அழகு தான்! 572 தீவுகளை உள்ளடக்கி வங்காள விரிகுடாவில் வில் போல விரவிக்கிடக்கும் இத்தீவு எப்பொழுது தோன்றியது என்பதும், மக்கள் எப்பொழுது இங்கு குடிவந்தார்கள் என்பதும் இன்னும் அறியப்படாத புதிராகவே இருக்கிறது. சென்னையிலிருந்து 1258 கிலோ மீட்டர் தொலைவில் அமைந்துள்ள அந்தமான் ஜாவா, சுமத்ரா, இந்தோனேசியா ஆசிய கிழக்காசிய நாடுகளுக்கு அருகில் அமைந்துள்ளது.

8,249 சதுர கிலோ மீட்டர் பரப்பளவை உள்ளடக்கி 219 மைல் நீளமும், 32 கிலோ மீட்டர் அகலமும் கொண்டு வட, தெற்காக பரவியிருக்கும் இத்தீவுக் கூட்டத்தில் சுமார் 38 தீவுகளில் மட்டுமே மக்கள் வசிக்கின்றனர். இத்தீவின் எல்லைகளாக கிழக்கு, வடக்கு மற்றும் மேற்கில் வங்கக்கடலும், தெற்கில் இந்தியப் பெருங்கடலும் விரிந்து கிடக்கிறது. தீவுகளைச் சுற்றியுள்ள கடற்கரையின் நீளம் 1500 கி.மீ ஆகும். ஆழம் 4500 அடி ஆகும். இந்தப் பகுதியின் தண்ணீர் கருநீல நிறம் கொண்டு இருப்பதால் "காலாபாணி" என்று அழைக்கப்பட்டது. (காலா என்றால் கருமை; பாணி என்றால் நீர்) தீவுகளின் நிலப்பரப்பு 92 விழுக்காடு மரங்களால் ஆனது. மழை அதிகம் பெய்வதால் அடர்ந்து செழித்து வளர்ந்து நிற்கும் மரங்களில் சுமார் 200 வகையானவை இங்கு இருக்கலாம் என கணக்கிடப்பட்டுள்ளது. இந்த மரங்களின் ஏற்றுமதிதான் அந்தமானின் முக்கிய வருவாயாக உள்ளது.

முக்கிய தீவுக் கூட்டமான வடக்கு அந்தமான், தெற்கு அந்தமான், மைய அந்தமான் ஆகிய மூன்றும் குறுகலான ஜலசந்திகளால் பிரிக்கப்பட்டுள்ளன. இம்மூன்றும் இணைந்தே "தி கிரேட் அந்தமான்" (The Great Andaman) என்றழைக்கப்படுகிறது. இதன் தலைநகராக போர்ட்பிளேயர் என்ற நகரம் விளங்குகிறது. இந்தியாவின் ஆட்சிப் பகுதியாக உள்ள அந்தமானுக்கு இந்தியர்கள் எவரும் வரலாம். அதற்காக போர்ட்பிளேயர் நகரம் வான், கடல்வழியாக இணைக்கப்பட்டுள்ளது.

கி.பி. முதலாம் நூற்றாண்டில் ஐரோப்பியர்கள் தான் இத்தீவைப் பற்றி முதன்முதலில் அறிந்திருந்தார்கள். இராமாயணத்தில் "ஹண்டுமான்" என குறிப்பிடப்பட்டுள்ள இத்தீவு பின்னர் மருவி "அந்தமான்" என

ஆனதாகவும், "அந்துமான்" என்ற மலாய்ச் சொல்லே "அந்தமான்" என மருவியதாகவும் கூறப்படுகிறது. அந்தமான் தீவை முதன் முதலில் மலேசியர்கள் கண்டறிந்ததாகவும், தங்களிடம் பிடிபடும் அடிமைகளை கடத்தி வந்து இங்கு விட்டு விட்டு இங்கிருந்த பழங்குடிகள் சிலரை கைதிகளாக பிடித்து வந்து வியாபாரம் செய்து வந்ததாகவும் கூறப்படுகிறது. எகிப்தில் வாழ்ந்த தாலமி என்ற அறிஞர் தமது வரைபடத்தில் அந்தமான் மனிதர்களைத் தின்னும் மக்கள் வாழுமிடம் என்று குறிப்பிட்டுள்ளார்.

அகதோடயிமன் என்ற கிரேக்கர் வரைந்த வரைபடத்தின் அடிப்படையிலேயே "அந்தமான்" என்ற பெயர் வந்ததாக எம்.வி. போர்ட்மேன் குறிப்பிடுகிறார். அந்தமானில் இருந்து 144 கி.மீ அகலமுள்ள கால்வாயால் பிரிக்கப்பட்டுக் கிடக்கும் இன்னொரு தீவு "நிக்கோபார்"!

"நிக்காவரும்" என்ற மலாய்ச் சொல் திரிந்து "நக்கவரம்" என்றானதாகவும், அது மருவி "நிக்கோபார்" என்றானதாகவும் கூறப்படுகிறது. "நக்கவரம்" என்பதற்கு "தென்னைகள் நிறைந்த தீவு" என்று பொருள். தென்னைகள் நிறைந்த தீவு என்ற பொருளில் நக்கவரம் என்றழைக்கப்பட்டதாகவும் குறிப்புகள் உள்ளன. "நக்ன - வாரா" என்ற பாலி மொழிச் சொல் திரிந்து "நக்க - வாரா" அல்லது "நாக் - பார்" என ஆகியிருக்கவேண்டும். "நாக் - பார்" என்பதற்கு "நிர்வாண மக்களின் நாடு" என்று பொருள். பின்னர் வந்தவர்களால் இச் சொல் "நிக்கோபார்" எனத் திரிந்திருக்கலாம் என்பது செர்னியின் கூற்று.

கடாரம் மீது படையெடுத்த முதலாம் இராஜேந்திர சோழன் நிக்கோபார் தீவுகளைக் கைப்பற்றியதை அவனின் மெய்கீர்த்தி தெளிவு படுத்துகிறது. இவற்றைத் "திம்மைத் தீவு" என தஞ்சை கல்வெட்டு கூறுகிறது.

அந்தமான். நிக்கோபார் இரண்டும் கடல் வழியாக பிரிந்து கிடந்தாலும் இரண்டும் சேர்த்தே "அந்தமான் நிக்கோபார் தீவுகள்" என்றழைக்கப்படுகிறது. கி.பி. 1790-ல் இத்தீவுகளின் வழியே சீனா சென்ற மார்க்கோபோலோ இதனை "அங்கமேனியன்" என்று குறிப்பிட்டிருக்கிறார்.

இங்கு விரிந்து விரவி கிடக்கும் அடர் காடுகளில் ஆதிகுடிகள் பல்வேறு இனங்களாகப் பிரிந்து வாழ்கின்றனர். வெளியுலகத் தொடர்பின்றி இன்னும் நிர்வாணமாகத் திரியும் ஆதிகுடிகள் இங்கு இருப்பதை ஆய்வாளர்கள் கண்டறிந்துள்ளனர். சில பழங்குடி இன மக்கள் மட்டுமே தற்போது வெளியில் வந்து நவநாகரிக வாழ்வோடு இயைந்தும், இணைந்தும் வாழ முற்பட்டுக் கொண்டிருக்கின்றனர். பழங்குடி இனங்கள் அழிந்து வரும் நிலையில் பிழைப்பிற்காகவும், பொருளாதாரம் தேடியும் இங்கு குடியேறியவர்களே இன்று அந்தமான்வாசிகளாக இருக்கின்றனர்.

2

முதல் குடியேற்றம்

அந்தமான் நிக்கோபார் தீவுகளின் வரலாறு 17ம் நூற்றாண்டில் தான் ஆரம்பமாகிறது. மார்க்கோபோலோ தாலமி, செர்னி ஆகியோரின் குறிப்புகள் மற்றும் இராஜேந்திர சோழனின் மெய்க்கீர்த்தி ஆகியவைகளின் வழியாக அறியப்படும் அந்தமான் நிக்கோபார் தீவுகளுக்கு முதன் முதலில் சமயம் பரப்பும் குழுக்கள் வர ஆரம்பித்தன. டென்மார்க், ஆஸ்திரியா, பிரான்ஸ் ஆகிய நாடுகளோடு ஐரோப்பாவைச் சேர்ந்த சமயம் பரப்பும் குழுக்கள் இங்கு வந்த போதும் அவர்களால் அதிக நாட்கள் தாக்குப் பிடிக்க முடியவில்லை. மாறுபட்ட தட்பவெப்பநிலை, பழங்குடியின மக்களின் தாக்குதல்கள் ஆகியவைகளால் அவர்கள் விரைவிலேயே வெளியேறினர்.

இந்தியாவை ஆளும் வேட்கையும், வெறியும் கொண்டிருந்த ஆங்கிலேயர்கள் அதன் கிழக்கு மூலையில் சிதறிக் கிடந்த அந்தமான் மற்றும் அதனைச் சுற்றிலுமிருந்த தீவுக் கூட்டங்களைப் பற்றி அதிக அக்கறையோ, ஆர்வமோ காட்டவில்லை.இந்நிலையில் பர்மாவிலிருந்து வரும் தங்களுடைய சரக்குக் கப்பல்கள் மழை, புயல் காலங்களில் தங்கிச் செல்ல ஏதுவாக அந்தமான் தீவுப் பகுதியில் ஒரு கப்பல்தளத்தை அமைக்க ஆங்கிலேயர்கள் விரும்பினர்.

1777ல் ரிட்சி என்பவர் இத்தீவுகளைப் பார்வையிட்டு அப்போதைய இந்திய கவர்னர் ஜெனரல் வாரன் ஹேஸ்டிங்கிடம் அறிக்கையைச் சமர்பித்தார். கேப்டன் பச்சனன் இத்தீவுகளை ஆதிக்கம் செலுத்துவதில் ஆர்வம் காட்ட, வாரன் ஹேஸ்டிங் ஒரு குழுவை அனுப்பி வைத்தார். இந்தியக் கடற்படையைச் சேர்ந்த கேப்டன் பிளேயர் தலைமையில் வந்த அக்குழு குடியேற்றத்துக்குப் பொருத்தமான ஒரு துறைமுகத்தை அமைப்பதற்கான இடத்தைத் தேர்வு செய்வதற்கான ஆய்வில் இறங்கியது. இறுதியில் அதற்கேற்ற இடமாக சாந்தம் தீவை பிளேயர் தேர்வு செய்தார்.

சாந்தம் தீவைச் சுற்றிலும் இருக்கக்கூடிய காடுகள் அழிக்கப்பட்டு விளைநிலங்களாக மாற்றப்பட்டன. பிளேயர் உருவாக்கிய அவ்விடம்

அவர் பெயராலேயே "போர்ட் பிளேயர்" என்றழைக்கப்பட்டது. இதுவே அந்தமானின் அதிகாரப்பூர்வமான முதல் குடியேற்றம்! அதன் பின்னர் 1789ல் போர்ட்பிளேயர் நகருக்கு ஆங்கிலேயர்கள் வந்திறங்கிய போது அவர்களை எதிர்த்து அப்பகுதியைச் சுற்றிலும் வாழ்ந்து வந்த ஓங்கே இனத்தைச் சேர்ந்த ஆதி பழங்குடியினர் கடும் யுத்தத்தை நடத்தினர்.

தடை பல கடந்து தங்களுக்கான கப்பல் தளத்தை அமைக்கும் முயற்சியில் 18ம் நூற்றாண்டில் ஆங்கிலேயர்கள் ஈடுபட்டனர். அப்பகுதிகளைச் சீரமைத்து வேலைகள் செய்வதற்காக இந்தியாவிலிருந்து தண்டனைக் கைதிகள் கொண்டுவரப்பட்டனர். மலேரியா காய்ச்சலை உற்பத்தி செய்யும் கொசுக்கள் நிறைந்த அப்பகுதியில் கொசுக்களால் காய்ச்சல் பரவி ஆங்கிலேயர்கள் உட்பட பலர் இறந்து போயினர். தவிர, தண்டனைக் கைதிகளைப் பராமரிப்பதிலும் நிறைய சிக்கல்கள் ஏற்பட்டன. எனவே ஆங்கிலேய நிர்வாகம் 1796ல் கப்பல்தளத்தை மூடிவிட்டு அங்கிருந்து வெளியேறியது.

தன் இயல்பு நிலைக்கு மீண்டு வந்திருந்த அந்தமானில் 1849ல் நடந்த ஒரு கப்பல் கொள்ளைச் சம்பவம் அந்தமானை மீண்டும் ஆங்கிலேயர்களுக்கு நினைவூட்ட வைத்தது. 1849ல் பர்மாவிலிருந்து வந்த ஆங்கிலேய கிழக்கிந்தியக் கம்பெனிக்குச் சொந்தமான வாணிபக் கப்பலை அந்தமானின் பூர்வ குடியினர் கொள்ளை அடித்தனர். தகவல் பரிமாற்ற வசதிகள் இல்லாத நிலையில் இந்த விபரம் சுமார் ஆறு வருடங்கள் கழித்து 1855-ல் தான் ஆங்கிலேயக் கிழக்கிந்தியக் கம்பெனிக்குத் தெரிய வந்தது. உடனே, ஆங்கிலேய கிழக்கிந்தியக் கம்பெனி இந்தியாவின் கவர்னர் ஜெனரலுக்கு, "இந்திய அரசாங்கம் அந்தமான் தீவுப் பகுதிகளை மீண்டும் தன் பொறுப்பில் எடுத்துக் கொள்ள வேண்டும் என்றும் "அங்கு நிரந்தர தண்டனைக் குடியிருப்பை ஏற்படுத்த வேண்டும்" என்றும், கொள்ளையடிக்கப்பட்ட கப்பலின் மாலுமி, சிப்பந்திகளுக்கு பாதுகாப்பு அளிக்க வேண்டும் என்றும் கோரிக்கை விடுத்தது.

தண்டனைக் குடியிருப்பு என்பது கொலை போன்ற கொடூரமான குற்றச் செயல்களில் ஈடுபட்டுத் தண்டனை பெற்ற குற்றவாளிகளை கண்காணா தேசத்தில், கடலுக்கப்பால் அமைக்கப்பட்டிருக்கும் இக்குடியிருப்புப் பகுதிகளுக்குக் கொண்டு வந்து வாழ்நாள் முழுவதும் அங்கேயே தங்க வைத்து தங்களுக்கு வேண்டிய வசதிகளை அவர்களை கொண்டு செய்து தர வைப்பதாகும். இப்படி இந்தியாவில் தண்டிக்கப்படும் குற்றவாளிகளை அடைத்து வைக்கும் தண்டனைக் குடியிருப்பாக அந்தமான் தீவுப் பகுதியை மாற்றச் சொல்லி தான் ஆங்கிலேய கிழக்கிந்திய கம்பெனி கோரிக்கை விடுத்திருந்து. ஆனால், இக்கோரிக்கையை அப்போதைய இந்திய கவர்னர் ஜெனரலாக

இருந்த கானிங் பிரபுவும், அவருடைய ஆலோசனைக் குழுவினரும் ஏற்க மறுத்து விட்டனர். ஏனெனில், குற்றவாளிகளை இதர தீவுக் கூட்டங்களுக்கு நாடு கடத்தும் வழக்கத்தை ஆங்கிலேய நிர்வாகம் ஆரம்பம் முதலே செய்து வந்தது. இந்திய தண்டனைக் கைதிகளை நாடு கடத்துவதற்காக ஏற்கனவே சுமத்ரா தீவில் உள்ள பென்கூலன், சிங்கப்பூர், பினாங்கு, ஹாங்காங், பர்மா பகுதியில் உள்ள அராக்கன், டென்னேரிசம் போன்ற இடங்களில் தண்டனைக் குடியிருப்புகளை ஏற்படுத்தியிருந்தது. சில சமயங்களில் இந்திய தண்டனைக் கைதிகள் ஏடன் வளைகுடா வரை நாடு கடத்தப்பட்டனர். இவைகளைப் பராமரிப்பதும், நிர்வாகம் செய்வதும் கடினமானதாக இருக்கும் நிலையில் புதிதாக ஒரு தண்டனைக் குடியிருப்பை உருவாக்கும் கோரிக்கையை அவர்கள் கிடப்பில் போட்டனர்.

ஆங்கிலேயக் கிழக்கிந்திய கம்பெனியின் கோரிக்கை நிராகரிக்கப்பட்டபின் அறுபது வருடங்கள் வரை அந்தமான் தீவுகள் ஆரவாரமின்றி அதன் இயல்பிலேயே அமைதியாக இருந்தன.

3

தண்டனைக் குடியிருப்பின் உதயம்

வாணிபம் செய்ய வந்த ஆங்கிலேயர்கள் வரி வசூல் செய்யும் ஏஜெண்டுகளாகி நாளடைவில் நாட்டையாளும் சக்கரவர்த்திகளாக மாறினர். இதற்கு இந்தியாவை அங்கம், அங்கமாக ஆட்சி செய்து வந்த சுதேச மன்னர்களுக்கிடையே நிலவி வந்த ஒற்றுமையின்மை உதவ அதையே சாதகமாக்கி பரந்துபட்ட இந்தியாவை தங்களின் அடிமை நாடாக ஆங்கிலேயர்கள் மாற்றினர். நாடு மட்டுமல்ல; இந்த மண்ணின் மைந்தர்கள் பலரும் அவர்களுக்கு ஏவலாளிகளாகவும், எடுபிடிகளாகவும் மாறினர். ஆனால், மானமிகு வேங்கைகளாய் விளங்கிய சில மன்னர்களும், சிற்றரசர்களும், பாளையக்காரர்களும் அவர்களுக்கு அடிபணிய மறுத்தனர். எதிர்த்து நின்று போர்க்களம் புகுந்தனர். துப்பாக்கிகள், பீரங்கிகள் என ஆயுதங்களோடு அணிவகுத்து வந்த ஆங்கிலேயப் படைகளையும், அதன் தளபதிகளையும் வெறும் வில், அம்பு, ஈட்டி, வளரி கொண்டு தாக்கி வெகுண்டோட வைத்தனர்.

அடிபணியமறுத்தும், வரி தர மறுத்தும் வரிப்புலியாய் நின்ற திருநெல்வேலிச் சீமையிலிருந்த நெற்கட்டான் செவல் பாளையத்தை ஆண்டு வந்த பாளையக்காரனான பூலித்தேவன் ஆங்கிலேயர்களுக்கு எதிரான முதல் முழக்கத்தை முழங்கினான். தன் பாளையம் நோக்கி படை திரட்டி வந்த ஆங்கிலேயத் தளபதி ஹெரானை 1755ல் நெற்கட்டான் செவலில் வைத்துத் தோற்கடித்து ஆங்கிலேயர்களுக்கு, அவர்களின் அடிவருடிகளாக வந்த கூலிப்படைகளுக்கு முதல் தோல்வியைக் கொடுத்தான்.

பூலித்தேவனின் முழக்கம் அவனுக்குப் பின் மெல்ல, மெல்ல தெற்கு எல்லை முழுக்கப் பரவியது. சிவகங்கைச் சீமையை ஆண்ட வேலுநாச்சியாரும் அவருக்குப் பின் பதவியேற்ற மருதுபாண்டியர்களும் வீர மறவர் படை கொண்டு ஆங்கிலேயப் படைகளைக் கலங்கடித்தனர். அதற்காகவே தங்களின் ஆளுகையிலிருந்த காளையார்கோயிலை ஆயுதக்கிடங்காகவே மருதுபாண்டியர்கள் மாற்றினர். இதரப் பாளையக்காரர்களுடன் இணைந்து மிகப்பெரிய கூட்டமைப்பை

உருவாக்கி ஆங்கிலேயர்களை எதிர்த்து நிற்க சாதி, மதம் கடந்து அனைவரும் திரண்டு வாரீர் என மக்களுக்கு அறைகூவல் விடுத்தனர்.

அதே காலகட்டத்தில், பூலித்தேவன் முழங்கிய அதே மண்ணிலிருந்து வீரபாண்டியகட்டப்பொம்மனும், அவன் தம்பி ஊமைத்துரையும், இன்னபிற பாளையக்காரர்களும் ஆங்கிலேயர்களுக்கு அடிபணிய மறுத்து எதிர்த்து நின்றனர். இத்தகைய எழுச்சி கொண்டு விளங்கிய பாளையத் தலைவர்களை வலிமையான படை, ஆயுதபலத்தோடும், காட்டிக் கொடுக்கும் நயவஞ்சகர்களின் துணையோடும் கைது செய்த ஆங்கிலேயர்கள் தூக்கு மரங்களில் ஏற்றி வீரமரணமடையச் செய்தனர். இது ஒருபுறம் நிகழ, மறுபுறம் இறுதிப் போர் என்று சொல்லக் கூடிய நான்காவது மைசூர் போரில் திப்புவும், ஆங்கிலேயரும் எதிரெதிர் நின்றனர். தங்களுக்கு சிம்ம சொப்பணமாகத் திகழும் திப்புவை வீழ்த்த துரோகிகளையும், கைக்கூலிகளையும் ஒன்றிணைத்து ஆங்கிலேயப்படை அணி திரண்டு வந்தது. நவீன ஆயுதங்கள், பீரங்கிகள் சகிதம் சீரங்கப்பட்டணம் கோட்டையை முற்றுகையிட்ட ஆங்கிலேயப்படை திப்புவை வீழ்த்தி வெற்றிக் கொடியைப் பறக்க விட்டது. அவர்கள் தன்னுயிர் ஈந்து விதைத்த விடுதலை வித்து மெல்ல மெல்ல வளர்ந்து ஒரு புரட்சியாக வெடிக்க ஆரம்பித்தது.

பாளையங்களை அடக்கிய மமதையில் அடாவடித்தனமும், கொடுங்கோன்மையும் செய்து வந்த ஆங்கிலேயர்களைக் கண்டு மக்கள் மனம் வெதும்பிக் கொண்டிருந்தனர். 1757ல் நடந்த பிளாசிப் போரில் ஆங்கிலேயர்களுக்குக் கிடைத்த வெற்றி அவர்கள் வரிவசூல் செய்து கொள்வதற்கான வாசலைத் திறந்து விட்டது. தந்திரங்களும், சூழ்ச்சிகளும், கைவசமிருந்த நவீன ஆயுதங்களும் ஆட்சியையும், ஆட்சியாளர்களையும் தீர்மானிக்கும் அதிகார மையமாக அவர்களை உயர்த்தியது. ஆங்கிலேய நிர்வாகம் இந்தியர்களைத் துச்சமாக மதித்தது. அடிமைகளைப் போல நடத்த எத்தனித்தது. இதற்கு ஆங்கிலேயப் படைப் பிரிவில் பணியாற்றிக் கொண்டிருந்த இந்தியச் சிப்பாய்களும் தப்பவில்லை! வேலூரில் தாங்கள் உருவாக்கியிருந்த சிப்பாய் படையில் பணிபுரியும் இந்தியர்கள் மதச் சின்னங்களை அணிந்து கொள்ளக் கூடாது. அத்தகைய அடையாளங்களோடு இராணுவப் பயிற்சிக்கு வரக்கூடாது. தாங்கள் தரும் ஒருவகை தோலாலான தொப்பி, காலுறைகளை அணிந்து கொள்ள வேண்டும் என ஆங்கிலேய நிர்வாகம் உத்தரவிட்டது. சிப்பாய் படை பிரிவில் பணிபுரிந்த இந்து, முஸ்லீம் வீரர்கள் இந்த உத்தரவிற்கு எதிர்ப்புத் தெரிவிக்க, நடவடிக்கை என்ற பெயரில் பல சிப்பாய் படை வீரர்கள் கைது செய்யப்பட்டு சிறையிலடைக்கப்பட்டனர். சிலர் பணிநீக்கம் செய்யப்பட்டனர்.

இதுபோதாதென்று விசாரணை மன்றத்தில் நிறுத்தி குற்றம்சாட்டி நூற்றுக்கணக்கில் சவுக்கடித் தண்டனைகள் வழங்கப்பட்டன. இதனால் மனம் குமுறி நின்ற வேலூர் சிப்பாய் படை வீரர்கள் மக்கள், ஆங்கிலேயர்களால் நாடிழந்த மன்னர்களின் ஒத்துழைப்போடு 1806 ஜூலை 10ல் வேலூர் கோட்டையில் ஆயுதப் புரட்சியில் ஈடுபட்டனர். கோட்டைக்குள் இருந்த ஆங்கிலேயப் படையினரையும், அதன் தளபதிகளையும் விரட்டி, விரட்டி வேட்டையாடினர். அப்புரட்சியை பெரும் படை கொண்டு தொடங்கிய எட்டு மணி நேரத்திற்குள் ஆங்கிலேய நிர்வாகம் ஒடுக்கியது. ஆயினும், அப்புரட்சியின் வலிகளும், வடுக்களும் இந்தியா முழுக்கப் பரவ ஆரம்பித்தது. அதன் அக்னிக் கங்குகள் தீ பற்றி எரிவதற்காகச் சந்தர்ப்பம் பார்த்துக் கொண்டிருந்தன. அந்த சந்தர்ப்பம் சுமார் 50 ஆண்டுகள் கழித்து 1857ல் மீண்டும் ஒரு புரட்சியாக - சிப்பாய்க் கலகமாக வெடித்தது.

சிப்பாய் படை பிரிவு வீரர்களை எடுபிடிகளாகவும், அடிமைகளைப் போலவும் நடத்தி வந்த ஆங்கிலேய நிர்வாகம் அவர்களுக்கு பசு, பன்றியின் கொழுப்பு தடவிய தோட்டாக்களைக் கொடுத்தது. அப்பொழுதெல்லாம் தோட்டாக்களை வாயில் வைத்துக் கடித்து விட்டு தான் துப்பாக்கிக்குள் போட முடியும். பசு இந்துக்களின் தெய்வமாகவும், பன்றி முஸ்லீம்கள் வெறுக்கும் உயிரினமாகவும் இருந்ததால் அத்தோட்டாக்களைப் பயன்படுத்த முடியாது என கூறி சிப்பாய்கள் எதிர்ப்பு தெரிவித்தனர். இது உண்மைக் காரணமல்ல. அடக்கு முறையின் எழுச்சி தான் சிப்பாய் கலகம் என்ற புரட்சியாக வெடித்ததாக நவீன வரலாற்றாய்வாளர்கள் வாதிட்டாலும் தங்களின் எதேச்சதிகாரப் போக்கின் மூலம் ஆங்கிலேயர்கள் சிப்பாய் படை வீரர்களின் உணர்வுகளைத் தூண்டி விட்டனர்.

தங்களின் எதிர்ப்பை, அடியை பலமாக ஆங்கிலேயர்களின் மீது பதிய வைக்க நினைத்த சிப்பாய் படை வீரர்களோடு தங்களின் நாட்டையும், உரிமையையும் இழந்து நின்ற மன்னர்களும், பிரபுக்களும் கைகோர்த்து வர இந்தப் புரட்சியும், எழுச்சியும், கிளர்ச்சியும் மத்திய இந்தியா முழுவதும் பரவியது. ஆயுதமேந்தி நின்ற சிப்பாய்கள் ஆக்ரோஷமடைந்தனர்.

அனைத்துப் படைப் பிரிவுகளிலும் இரகசியக் குழுக்கள் அமைத்து போராட்டத்திற்கான ஆயத்தங்களைத் தொடங்கினர். பிளாசிப் போரின் நூற்றாண்டு தினமான 31.05.1857 அன்று கலகத்தை துவங்க நாளும் குறிக்கப்பட்டது. ஆனால் குறித்த நாளுக்கு முன்பாகவே கலகம் மூண்டது.

வங்கத்தின் பாரக்பூரில் புரட்சி வெடித்தது. அதைத் தொடங்கி வைத்த மங்கள் பாண்டே என்ற இராணுவ வீரன் மூன்று ஆங்கிலேய

இராணுவ அதிகாரிகளைக் கொன்று பிள்ளையார் சுழி போட்டான். இருபத்தாறு வயது நிரம்பிய அந்த வீரனைக் கைதுசெய்து ஆங்கிலேயர்கள் பாரக்பூரில் ஒரு மரக்கிளையில் தூக்கிலிட்டுக் கொன்றனர். ஆனால் அந்தப் புரட்சி மெல்ல இந்தியா முழுக்க பரவியது. பாரக்பூரை அடுத்து மீரட்டில், இந்திய சிப்பாய் படை வீரர்கள் புரட்சியில் ஈடுபட்டு கர்னல் ஃபின்னஸ் என்ற ஆங்கிலேய அதிகாரியைக் கொன்றனர். அதன் தொடர்ச்சியாக 30,000 பேர் டெல்லியைத் தாக்கி ஆங்கிலேயர்களை விரட்டியடித்து இரண்டாம் பகதூர்ஷாவை மொகாலயப் பேரரசராக அரியணையில் ஏற்றினர். டெல்லியில் சிப்பாய் படை வீரர்கள் தாக்குதல்களை நடத்திக் கொண்டிருக்க குவாலியரில் ஜான்சிராணி தலைமையிலும், கான்பூரில் நானாசாகிப் தலைமையிலும் ஆங்கிலேயப் படைகள் தாக்குதல்களுக்கு உள்ளாகின. ஆரம்பத்தில் புரட்சி வெற்றி பெற்றாலும் ஆங்கிலேய நிர்வாகம் அதை பெரும்படைகளையும், ஆயுதங்களையும் கொண்டு ஒடுக்கியது.

மத்திய இந்தியாவில் பரவி நின்ற இந்த எழுச்சி வேகம் மற்ற பகுதிகளுக்குப் பரவாதது ஆங்கிலேயர்களுக்குச் சாதகமானது. நாடு முழுவதிலும் இருந்து படைகள் கலகம் நடந்த பகுதிகளுக்குத் திரும்பி விடப்பட்டன. டெல்லியில் மட்டும் 27,000 இந்தியர்கள் கொல்லப்பட்டனர். இந்தியாவின் வடபகுதி இரத்த ஆறாக ஓடியது.

ஆயிரக்கணக்கான புரட்சி வீரர்கள் கைதுசெய்யப்பட்டு திறந்த வெளியில் பலர் முன்பு தூக்கிலிடப்பட்டார்கள். பலரை பீரங்கிகளின் வாயில் வைத்து கட்டி சுட்டுத் தள்ளினார்கள். துப்பாக்கி, வாள் என கிடைத்தவைகளை எல்லாம் வைத்து புரட்சியாளர்கள் என சந்தேகப்பட்ட அனைவரையும் கொன்று குவித்தார்கள். விடுதலை முழக்கம் செய்தவர்களை கொத்தாக அள்ளிக் கொண்டுவந்து சிறைச்சாலைகளில் குவித்தார்கள். புரட்சிப் படை வீரர்களை கூண்டோடு ஒழித்துக்கட்ட ஆங்கிலேய நிர்வாகம் முயன்றது. புரட்சியும், அதன் எதிரொலியால் ஏற்பட்ட நிகழ்வுகளும் இந்தியாவில் ஆங்கிலேயக் கிழக்கிந்திய கம்பெனியின் ஆட்சியை முடிவுக்குக் கொண்டு வரச் செய்தது. இதுதவிர, வேறு சில காரணங்களும் இருந்தன. பிளாசிப் போருக்குப் பின் ஆங்கிலேயர்களுக்கு எதிராக திருவாங்கூர் எழுச்சி, வகாபியர் எழுச்சி, நாகர்கள் எழுச்சி, நாவல்பிண்டி கலகம், சந்தால் பழங்குடி மக்கள் போராட்டம் என அவ்வப்போது எதிர்ப்புகளும், கலகங்களும் நிகழ்ந்து கொண்டுதான் இருந்தன. அவைகள் அந்தந்த எல்லைகளுக்குள்ளேயே நடைபெற்று வந்ததால் பெரிய தாக்கத்தை மக்களிடம் நிகழ்த்தவில்லை. அத்தகைய போராட்டங்களை எளிதில் ஆங்கிலேய அரசால் கட்டுப்படுத்த

முடிந்தது. ஆனால், சிப்பாய் கலகத்தை ஆங்கிலேய அரசால் அப்படி எளிதாய் எடுத்துக் கொள்ள முடியவில்லை. அதன் தாக்கம் இந்தியா முழுக்கப் பரவி மிகப்பெரிய எழுச்சியாக மாறக் கூடுமென நினைத்தது. அந்த நினைப்பும், கணிப்பும் பொய்க்கவில்லை என்பதற்கு பிந்தைய வரலாறுகளே சாட்சியாய் நின்றன! இங்கிலாந்து அரசே நேரடியாக இந்தியாவின் ஆட்சிப் பொறுப்பை ஏற்றது.

ஆயிரக்கணக்கான புரட்சி வீரர்களைக் கைது செய்து சிறையிலடைத்தும், கொன்றும் குவித்த ஆங்கிலேய அரசால் புரட்சியை முழுமையாக கட்டுப்படுத்த முடியவில்லை. ஆங்காங்கே மக்களும், மற்ற புரட்சி வீரர்களும் கலகங்களில் ஈடுபட்டு வந்தனர். இச்சூழ்நிலையில் கைது செய்து சிறையில் வைத்திருக்கும் புரட்சி வீரர்களால் மீண்டும் ஆபத்து வரக்கூடும் என்றும், சிறையில் அவர்களுக்கு இழைக்கப்பட்ட கொடுமைகளும், புரட்சியின்போது உயிர் நீத்த வீரர்களின் தியாகங்களும் பிற இடங்களுக்குப் பரவ ஆரம்பித்தால் அது இந்தியா முழுக்க பெரிய எழுச்சியை உண்டு பண்ணக்கூடும் என்றும் நினைத்த ஆங்கிலேய அரசு முதல் கட்டமாக சிறையில் அடைத்து வைத்திருக்கும் புரட்சி வீரர்களை நாடு கடத்த முடிவு செய்தது. அவர்களின் குடும்பங்களிலிருந்து தனிமைப்படுத்தப்பட்ட வீரர்களை இந்திய மண்ணை விட்டு வெளியேற்றுவது ஒன்றையே புரட்சி மீண்டும் ஏற்படாதவாறு தடுப்பதற்கான வழியாக ஆங்கிலேய அரசு கருதியது. அதற்காக 1857-நவம்பர் 20ல் டாக்டர் மவுத், டாக்டர் பிளேபயர், லெப்டினட் ஹித்கோட் என்ற மூவர் குழுவை அமைத்து இந்தியக் குற்றவாளிகளை நாடு கடத்த தகுந்த இடத்தைத் தேர்வு செய்து அறிக்கை தரச் சொல்லிக் கேட்டது. இக்குழு ஆங்கிலேய அரசிடம் ஓராண்டிற்குள் தமது அறிக்கையைக் கொடுத்தது.

புரட்சியில் ஈடுபட்டுக் கைது செய்யப்பட்டவர்களையும், சந்தேகத்தின் பேரில் கைது செய்யப்பட்டவர்களையும், இதர தேசபக்தர்களையும் அந்தமான் தீவிற்கு நாடு கடத்துவதற்காக ஆங்கிலேய கிழக்கிந்திய கம்பெனியின் கோரிக்கையை ஏற்க மறுத்த அப்போதைய ஆங்கிலேய அரசு 60 ஆண்டுகளுக்குப் பின் அந்தக் கோரிக்கையை தங்களின் நிர்வாகத்திற்காக தூசு தட்டி எடுத்து உயிர் கொடுத்தது. ஆம். தண்டனைக் குடியிருப்பு அந்தமானில் உதயமானது.

4

புறப்பட்டது முதல் கப்பல்

"**வி**டுதலை கேட்டது குற்றம்" என்ற குற்றச்சாட்டின் பெயரில் 200 புரட்சி வீரர்களை குற்றவாளியாக்கி தண்டனை வழங்கப்பட்டது. அந்தமான் தண்டனைக் குடியிருப்பை போர்ட்பிளேயரில் நிறுவிய ஆங்கிலேய அரசு குற்றவாளிகளை அங்கு கொண்டு செல்ல உத்தரவிட்டது. சேவிங் செய்யப்படாத முகம், எதையோ இழந்த சோகம், அதிக கோபத்தால் இறுகிய முகம், ஏமாற்றத்தால் வாடித் தளர்ந்த நடை என சொல்ல முடியாத துயரங்களோடு சிறையில் அடைக்கப்பட்டிருந்த புரட்சி வீரர்கள் கைவிலங்கும், கால் விலங்கும் இடப்பட்டு கப்பலில் ஏற்றப்பட்டனர். 1858 மார்ச் 10ல் ஜேம்சு பாட்டிசன் வாக்கர் தலைமையில் "செமிரமிஸ்" என்ற கப்பல் இவர்களை ஏற்றிக்கொண்டு போர்ட்பிளேயர் துறைமுகத்திற்கு வந்தது. இதற்கடுத்து 733 புரட்சி வீரர்களைக் கொண்ட இரண்டாவது குழு அந்தமானுக்குக் கொண்டு வரப்பட்டது. பஞ்சாபில் தண்டிக்கப்பட்ட புரட்சி வீரர்கள் கராச்சி துறைமுகம் மூலமாகவும், மற்ற பகுதிகளில் தண்டிக்கப்பட்டவர்கள் கல்கத்தா துறைமுகம் மூலமாகவும் அந்தமான் தண்டனைக் குடியிருப்பிற்கு கொண்டு வரப்பட்டனர்.

அப்பொழுது அந்தமானில் சிறைச்சாலை இல்லை. ஆனால், சூரிய ஒளி புக முடியாத அடர்ந்த காடுகள், விடாத மழை, இரத்தம் உறிஞ்சும் அட்டைகள், கொடிய விசத் தன்மையுடைய பூச்சிகள் என சூழ்ந்திருந்த தண்டனைக் குடியிருப்பே ஒரு திறந்தவெளிச் சிறையாக இருந்தது. கைதிகளாகக் கொண்டு வரப்பட்டவர்கள் பல முகாம்களில் அடைக்கப்பட்டு அவர்களுக்குக் கடினமான வேலைகள் தரப்பட்டன. காலிலும், கழுத்திலும் இணைத்துக் கட்டப்பட்ட சங்கிலி, ஈரம் படிந்த கனமான கம்பளிஆடை, விஷ கொசுக்களின் கடிகள் என கொடுமையின் உச்சத்தில் மரங்களை வெட்டுதல், புல் தரைகளை வெட்டிச்சீர்செய்தல் என புரட்சி வீரர்கள் செய்கின்ற வேலைகளை அவர்களோடு கொண்டு வரப்பட்ட கொடிய குற்றங்களைச் செய்த ஆயுள் தண்டனைக் கைதிகள் மேற்பார்வை செய்தனர். வேலை செய்ய மறுத்தால் சவுக்கடியும், கசையடியும் தண்டனையாக கொடுக்கப்பட்டது. இந்திய அரசிடமிருந்து எவ்வித நிதி உதவியோ, பொருள் உதவியோ வழங்கப்படாத நிலையில் தண்டனைக் குடியிருப்பின் அடிப்படைத் தேவை உட்பட எல்லா

தேவைகளையும் அவர்களே பார்த்துக் கொள்ள வேண்டியிருந்ததால் ஆங்கிலேய அதிகாரிகள் புரட்சி வீரர்களிடமும், இதர கைதிகளிடமும் துப்பாக்கி முனையில் வேலை வாங்கினர்.

இந்தக் கொடுமைகள் போதாதென்று காடுகளை அழிக்கும் வேலைகளில் புரட்சி வீரர்கள் ஈடுபட்டபோது அங்கிருந்த அந்தமான் ஆதி பூர்வ குடிகள் விச அம்புகளைக் கொண்டு தாக்கினர். விச அம்புகளுக்குப் பலர் பலியாயினர். காயமடைந்தவர்களுக்கு சிகிச்சையளிக்க அடிப்படை மருத்துவ வசதிகள் கூட அங்கு இல்லை. இருந்த தற்காலிக மருத்துவமனை உயிர்களைக் காப்பாற்றுவதற்குப் பதிலாக மூன்றே மாதத்தில் 64 உயிர்களை காவு கொண்டது. இதனால் தண்டனைக் குடியிருப்பிலிருந்து தப்பிச் செல்ல கைதிகள் பல வழிகளிலும் முயன்றனர். சிலர் முகாம்களை விட்டுத் தப்பி அடர்ந்த காடுகளுக்குள் ஓடினர். அப்படி ஓடிவந்தவர்கள் ஆதிபழங்குடி மக்களின் தாக்குதலுக்கு உள்ளாகி இறந்தனர். அவர்களின் விச அம்புகள் பலரைக் கொன்று குவித்தன.

1857 கலகத்தையடுத்து சிறையிலடைக்கப்பட்ட பாரக்பூரின் பதினான்காவது சுதேசி காலாட் படையைச் சேர்ந்த தூத்நாத்திவாரி என்பவர் தனது நூற்றுமுப்பது சிப்பாய்களுடன் சிறையில் இருந்து தப்பிச் சென்றார். தப்பிய பிறகே அவர்களுக்கு அதில் இருந்த சிக்கல் தெரிந்தது. இந்தியப் பெருங்கடலைக் கடந்து தாய் நாட்டை அடைவது அத்தனை சுலபமான காரியமா என்ன? வேறு வழி இல்லாத நிலையில் ஆங்கிலேய அதிகாரிகளிடமிருந்து தங்களைக் காத்துக் கொள்ள காடுகளுக்குள் புகுந்தனர். அங்கிருந்த ஆதிவாசிகளோ இரக்கமில்லாமல் தங்களின் விச அம்புகளால் அவர்களைக் கொன்று குவித்தனர். அதிர்ஷ்டவசமாய் தூத்நாத்திவாரி மட்டும் அவர்களிடமிருந்து தப்பி மீண்டும் சிறைக்கே வந்து சேர்ந்தார்.

அப்படியும் தப்பிப் பிழைத்து ஓடியவர்கள் அடர்ந்த காட்டிற்குள் இருந்து வெளியே வர வழி தெரியாமலும், உணவு கிடைக்காமலும் காட்டிற்குள்ளேயே செத்து மடிந்தனர். இன்னும் சிலரோ கடலில் குதித்துக் கரையேறித் தப்ப முயன்றனர். அப்படிக் குதித்தவர்களை படகுகளில் விரட்டி வந்த ஆங்கிலேயப் படைகள் சுட்டுத் தள்ளியது. பிடிக்கப்பட்டு முகாம்களுக்குத் திரும்ப கொண்டு வரப்பட்டவர்கள் முன்னிலும் அதிகச் சித்திரவதைகளுக்கு உள்ளாக்கப்பட்டனர்.

பீகாரின் தினாப்பூரை சேர்ந்த சிப்பாய் நாராயணன் ஒரு தீவிலிருந்து மற்றொரு தீவிற்கு தன்னைக் கொண்டு சென்ற போது தப்பிப்பதற்காகக் கடலில் குதித்தார். குதித்தவரை தங்களின் துப்பாக்கிக் குண்டுகளால் துளைத்தெடுத்த ஆங்கிலேயப் படை நீருக்குள்ளேயே அவரை ஜல சமாதியாக்கியது.

உயிருடன் இருப்பதே அங்கிருந்த புரட்சிக் கைதிகளுக்கு பெரிய விசயமாகிபோனது. காட்டிலும், கடலிலும் தப்பி ஓட முயன்று பிடிபட்டு திரும்ப முகாம்களுக்கு கொண்டு வரப்பட்ட 88 பேரை ஆங்கிலேய அதிகாரி ஜேம்சு பாட்டிசன்வாக்கர் ஒரே நாளில் தூக்கிலிட்டுக் கொன்றான்.

இந்த நிகழ்ச்சிக்குப் பின் சாத்தம் தீவில் 343 புரட்சிப்படை வீரர்களும், ராஸ் தீவில் 138 பேரும் சிறை வைக்கப்பட்டனர். சிப்பாய் கலகத்தில் ஈடுபட்டு அந்தமான் தீவுகளுக்குக் கொண்டு வரப்பட்ட புரட்சிப்படை வீரர்களோடு "வஹாபி" என்ற இயக்கத்தைச் சேர்ந்தவர்களும் அந்தமானுக்கு கொண்டுவரப்பட்டனர். இஸ்லாமிய மதத்திற்கு விரோதமான அந்நியர்களை எதிர்த்து மத்திய அரபு நாடுகளில் முகமது அப்துல் வஹாப் என்பவரால் தோற்றுவிக்கப்பட்ட இயக்கம் அவர் பெயராலேயே "வஹாபி இயக்கம்" என்றழைக்கப்பட்டது. இந்தியாவில் இந்த இயக்கத்தை ப்ரெய்லியைச் சார்ந்த சையது அகமது என்பவர் தோற்றுவித்தார். ஆங்கிலேயர்களின் ஆளுகையிலிருந்து இஸ்லாமியர்களை விடுவிப்பதை நோக்கமாகக் கொண்டிருந்த இவ்வியக்கம் அதற்காக "ஜிகாத்" என்ற புனிதப்போருக்குத் தயாராகும்படி மக்களுக்கு அறைகூவல் விடுத்தது.

இவ்வியக்கத்தின் முதல் எழுச்சி 1831ம் ஆண்டு நவம்பர் 17ல் பராசட் என்ற இடத்தில் ஆங்கிலேயர்களுக்கு எதிராக துவங்கியது. இந்தப் போராட்டத்தில் ஒடுக்கப்பட்ட இந்து, முஸ்லீம் விவசாயிகள் ஆயுதமேந்தி ஆங்கிலேய ஆட்சிக்கு எதிராகக் களம் இறங்கினர். இரண்டு மோதல்கள் நிகழ்ந்தன. இதில், ஆங்கிலேயரின் கல்கத்தா படைப் பிரிவு முற்றிலும் நாசமானது. இந்த எதிர்ப்பை ஆங்கிலேயத் தோட்ட உரிமையாளர்களால் எதிர்கொள்ள முடியாமல் போகவே ஆங்கிலேய அரசு குதிரைப்படையின் 10 பிரிவுகளையும், சில பீரங்கிகளையும் அனுப்பி வைத்தது. அப்படைகளை நர்கேல்பரியா என்ற இடத்தில் வஹாபி இயக்கத்தினர் எதிர் கொண்டு தாக்கினர். பலமான ஆயுத நடவடிக்கைகளின் மூலம் வஹாபி இயக்கத்தின் எழுச்சியை முறியடித்த ஆங்கிலேயர்கள் அதன் தலைவராக இருந்த டிடுமியானை போர்க்களத்திலேயே கொன்றனர். இவர்களின் தளபதி குலாம் மஸூமையும், 300 வீரர்களையும் கைது செய்து அலிபூர் சிறையில் அடைத்தவர்கள் தளபதியை மட்டும் சிறையிலேயேத் தூக்கிலிட்டுக் கொன்றனர்.

இதனால் நீர்த்துப் போயிருந்த வஹாபி இயக்கத்தைச் சேர்ந்த மற்றவர்கள் 1857-ல் நடைபெற்ற சிப்பாய் கலகத்தின் போது மீண்டும் எழுச்சி பெற்றனர். டெல்லி நோக்கி வந்த புரட்சிப்படை வீரர்களோடு பல இடங்களிலும் இருந்து வந்திருந்த வஹாபிகள் இணைந்தனர். இது

தவிர ஆக்ரா, ஹைதராபாத், பாட்னா போன்ற இடங்களில் நடைபெற்ற புரட்சியிலும், கிளர்ச்சியிலும் வஹாபிகளே தலைமைப் பொறுப்பேற்றனர். எனவே புரட்சியில் பங்கு கொண்ட சிப்பாய் படை வீரர்களோடு இவர்களையும் ஆங்கிலேய அரசு அந்தமானுக்கு கடத்தியது.

அந்தமானில் கொடூரங்களின் வடிவாய் விளங்கிய ஆங்கிலேயர்களின் ஆதிக்கத்தை முறியடிக்க நினைத்த பஞ்சாபைச் சேர்ந்த கைதிகள் 1859 ஏப்ரல் முதல் நாளன்று ஒரு சதித் திட்டத்தை தீட்டினர். ஆனால் அத்திட்டம் வெற்றி பெறாமல் போனதோடு மட்டுமின்றி அவர்கள் அனைவரும் ஆங்கிலேய அதிகாரிகளின் வன்கொடுமைக்கு உள்ளாயினர். இதற்கடுத்து 1859 மே 14-ல் மண்ணின் மைந்தர்களான அந்தமானியர்கள் ஆங்கிலேயர்களின் ஆக்ரமிப்பை எதிர்த்து ஆயுதம் ஏந்திய புரட்சியில் ஈடுபட்டனர். அபர்டீன் படகுத் துறையில் நடந்த இந்தப் போரில் நவீன ரக ஆயுதங்களைக் கொண்டு அந்தமானியர்கள் பலர் கொல்லப்பட்டனர். ஆங்கிலேயர்கள் வெற்றி பெற்ற இப்போர் "அபர்டீன் போர்" என அழைக்கப்படுகிறது.

1863-ல் மீண்டும் வஹாபி இயக்கத் தலைவர்கள் மீது ஆங்கிலேய அரசு குற்றம்சாட்டி வழக்குத் தொடுத்தது. அம்பாலா விசாரணை (1864), பாட்னா விசாரணை (1865), வஹாபி விசாரணை (1871) என வரிசையாக விசாரணை நடத்தப்பட்டு பலருக்கு ஆயுள்தண்டனை விதிக்கப்பட்டு அந்தமானுக்கு கைதிகளாக அனுப்பப்பட்டனர்.

இந்தியாவில் ஆங்கிலேய அரசுக்கு எதிரான கலவரங்கள், கலகங்கள், போராட்டங்கள், புரட்சிகள் பெருகிக் கொண்டே வர அங்கு கைதானவர்களும், தண்டனை பெற்றவர்களும் பெருமளவில் அந்தமானுக்குக் கொண்டு வரப்பட்டு குவிக்கப்பட்டனர். இந்நிலையில், இந்தியாவில் வைஸ்ராயாக இருந்த லார்டு மோயோ (Lord Moyo) 1872 பிப்ரவரி 8ல் அந்தமானுக்கு அதிகார பூர்வ பயணம் மேற்கொண்டபோது அங்கு சிறை வைக்கப்பட்டிருந்த கைதிகளைப் பார்வையிட வந்தார். அப்போது ஆப்கானின் வஹாபி இயக்கத்தைச் சேர்ந்த ஷேர் அலி என்ற ஆயுள் தண்டனைக் கைதி ஒரு புதரின் மறைவிலிருந்து பாய்ந்து வந்து லார்டு மோயோவைக் குத்திக் கொன்றான். தங்களின் தலைவருக்கு தண்டனை தந்த லார்டு மோயோவைக் கொன்று பழி தீர்த்த ஷேர் அலி மார்ச் 12ல் தூக்கிலிடப்பட்டார். அந்தமானில் தூக்கிலிடப்பட்ட முதல் இந்திய கைதி ஷேர் அலி!

இந்தச் செயல் ஆங்கிலேய அரசை அதிர்ச்சியடைய வைத்தது. இனியும் திறந்த வெளியில் கைதிகளை சுற்றித் திரிய விடுவது பெரிய ஆபத்துக்களை உருவாக்க வழிவகுத்துவிடும் என நினைத்த அரசாங்கம் அடுத்த கட்ட நடவடிக்கைக்கு ஆயத்தமானது.

5

உருவானது கூண்டுச் சிறை

இந்தியாவிலிருந்து கொண்டுவரப்பட்ட புரட்சிக் கைதிகளின் மூலம் அந்தமான் காடுகளை அழித்து சாலைகளையும், பாதைகளையும் அமைத்து கிராமங்களை உருவாக்கிய ஆங்கிலேயர்கள் அக்கைதிகளை நேவிகுடா, வைப்பர் தீவு, பீனிக்சு குடா, பிரிஜ்கஞ்ச், தண்டஸ் முனை ஆகிய இடங்களிலிருந்த முகாம்களில் தங்க வைத்திருந்தனர். இப்படி பல இடங்களிலும் கைதிகளை அடைத்து வைத்திருப்பதால் அவர்களை ஒழுங்குபடுத்துவதும், நிர்வாகம் செய்வதும் சிரமமாக இருந்த நிலையில் ஆயுள் தண்டனைக் கைதி ஷேர் அலி வைஸ்ராயைக் கொன்ற சம்பவம் ஆங்கிலேய அரசை எச்சரிக்கையடைய வைத்தது. இதே நிலை நீடித்தால் அது தங்களுக்குத் தாங்களே சாவுமணி அடித்துக் கொள்வதாகிவிடும் என உணர்ந்த ஆங்கிலேய அரசு 1890 ல் சார்லஸ் லியல் மற்றும் சர்.லெத்பிரிட்ஜ் என்ற இரண்டு ஆங்கிலேய அதிகாரிகளை அந்தமானுக்கு அனுப்பி வைத்தது. அந்தமானிற்கு வந்து பார்வையிட்ட பின் கைதிகளுக்கான தண்டனை இன்னும் கடுமையாக்கப்பட வேண்டும் என்றும், அவர்கள் சுதந்திரமாக உலவி திரியாத வகையில் நிலையாக, நிரந்தரமாக ஓரிடத்தில் அடைத்து வைத்துக் கண்காணிக்க வேண்டும் என்றும் அதற்காக அந்தமானில் ஒரு சிறைச்சாலையை உருவாக்க வேண்டும் என்றும் அரசுக்கு ஆலோசனை கூறினர்.

அவர்களின் ஆலோசனையை ஏற்ற ஆங்கிலேய அரசாங்கம் அந்தமானில் நிரந்தர சிறைச்சாலை ஒன்றைக் கட்ட முடிவு செய்தது. அதற்காக தண்டனைக் குடியிருப்பிலிருந்த புரட்சிக் கைதிகள் அனைவரும் வேலை செய்ய வைக்கப்பட்டனர். அட்லாண்டா பாயிண்ட் (Atlanda point) என்ற இடம் சிறைச்சாலை கட்ட தேர்வு செய்யப்பட்டது. 60 அடி உயரத்தில் சிறிய குன்றாக இருந்த அந்த இடத்தை புரட்சிக் கைதிகள் பகலிரவு பாராமல் வெட்டிச் சமன் செய்தனர் வெட்டி எடுக்கப்பட்ட மண் முழுவதும் அருகிலிருந்த கடலோர சதுப்பு நிலத்தில் கொட்டப்பட்டு கடல் மட்டத்திலிருந்து 2 மீட்டர் உயரமுடைய மைதானமாக மாற்றப்பட்டது. இந்த மைதானம்

தான் இன்று நேதாஜி விளையாட்டு அரங்கமாகி விடுதலைக்காக வித்திட்ட புரட்சியாளர்களின் தியாகத்தைப் பறைசாற்றிக் கொண்டிருக்கிறது.

சிறைச்சாலை கட்டுவதற்குத் தேவையான செங்கல்களை உற்பத்தி செய்ய நமூனாகர், மின்னிபே, தண்டல் பாயிண்ட் போன்ற இடங்களில் செங்கல் சூளைகள் அமைக்கப்பட்டு நாள்தோறும் 690 புரட்சிக் கைதிகள் வேலையில் ஈடுபடுத்தப்பட்டனர். ஹோப்டவுன் என்ற இடத்தில் சுண்ணாம்புக் கால்வாய் அமைக்கப்பட்டது.

அந்தமானின் தலைமை ஆணையராக இருந்த சர். ரிச்சர்ட் சி. டெம்பிள் மேற்பார்வையில் 450 கைதிகள் சிறைச்சாலை கட்டும் பணியில் ஈடுபடுத்தப்பட்டனர். தாங்கள் அடைபட்டுக் கிடக்கப்போகும் சிறைச்சாலையை தாங்களே கட்டிக் கொள்ளும் கொடுமை அரங்கேறிக் கொண்டிருந்தது.

காற்றும், வெளிச்சமும் வர 3 அடி நீளம் 1 அடி அகலம் கொண்ட சாளரத்துடன் (Ventilation) ஒவ்வொரு அறையும் 13½ அடி நீளமும், 7½ அடி அகலமும், 9 அடி உயரமும் கொண்டவைகளாக கட்டப்பட்டன. அறையின் வாசல் வலுவான இரும்புக் கம்பிக் கதவால் அடைக்கப்பட்டு பெரிய பூட்டால் (Lock) பூட்டும் வகையில் அமைந்த அதன் தாழ்பாள் அறைக்குள் இருக்கும் கைதிக்கு எட்டாத தொலைவில் சுவரைக் குடைந்து அமைக்கப்பட்டது. அறைகளின் முன்புறம் 4 அடி அகலத்தில் தாழ்வாரங்கள் அமைக்கப்பட்டு அதைச் சுற்றிலும் இரும்புக் கம்பிகளால் ஆன தடுப்பால் அடைக்கப்பட்டது.

நான்கு அடுக்குகளில் அமைந்திருந்த சிறைச்சாலையின் நான்காவது தளத்தில் கைதிகளைக் கண்காணிக்க வசதியாக கோபுரமும், நேரத்தை அறிந்து கொள்ள வசதியாக அதன் மையத்தில் பெரிய வெண்கல மணியும் அமைக்கப்பட்டது. குழாய்களின் மூலம் கொண்டு வரப்பட்ட பயன்பாட்டிற்குரிய நீரை நிரப்புவதற்காக 5 அடி நீளமும், 1½ அடி அகலமும் கொண்ட உள்தொட்டிகளும், குளிப்பதற்குக் கடல்நீரை நிரப்புவதற்காக வெளித் தொட்டிகளும் கட்டப்பட்டன.

சிறைச்சாலையின் ஒவ்வொரு பிரிவிற்கும் ஒரு தண்டனைத் தொழிற்கூடமும் அதில் கைதிகள் கடுமையான வேலை செய்வதற்கென எண்ணெய்ச் செக்குகள், தேங்காய் மட்டையிலிருந்து நார் எடுக்கும் அடித்தளங்கள் ஆகியவை அமைக்கப்பட்டன.

சிறைச்சாலையின் முகப்பில் அமைந்துள்ள இரண்டு மாடிக் கட்டிடத்தில் மருத்துவமனை நிறுவப்பட்டது. தூக்கிலிடப் போகும் கைதியை முதல் நாளே கொண்டு வந்து தனியாக அடைத்து வைக்கும் ஒரு அறையும் அதன் அருகிலேயே ஒரே நேரத்தில் மூன்று பேரைத் தூக்கிலிடும் தூக்கு மேடையும் அமைக்கப்பட்டது.

ஏழு பிரிவுகளில் 696 சிறிய அறைகளுடன் ஒரு அறையில் இருப்பவர் மற்றொரு அறையில் இருப்பவருடன் பேசிக்கொள்ள முடியாத வகையில் அமைக்கப்பட்டிருந்த சிறைச்சாலை ஏறக்குறைய ஒரு கூண்டு போன்ற வடிவமைப்பைப் பெற்றிருந்தது. அமைப்பிற்கேற்ப ''சிற்றறைகளைக் கொண்ட சிறைச்சாலை'' (Cellular Jail) என்றே அழைக்கப்பட்டது. 1896ல் தொடங்கிய சிறைச்சாலையின் கட்டுமானப்பணி 1906ல் முடிவடைந்து தயாரானவுடன் தண்டனைக் குடியிருப்பு ஒழிக்கப்பட்டு அங்கு முகாம்களில் அடைத்து வைக்கப்பட்டிருந்த கைதிகள் அனைவரும் சிறைக்குள் அடைக்கப்பட்டனர்.

புரட்சிக் கைதிகளின் உடல் உழைப்பில் எழும்பி நின்ற அந்தமான் சிறைச்சாலை ஆங்கிலேய அரசுக்கு எதிராகக் குரல் எழுப்பி நாடு கடத்திவரப்படும் விடுதலை முழக்க எழுச்சிக் குரல்வளைகளை நெறிக்கக் காத்திருந்தது.

6

சிறைக்கு வந்த வீரர்களும், பட்ட துயரங்களும்

விடுதலை வேட்கை எழுச்சி கொண்டிருந்த சமயத்தில் வங்காளத்தில் அதன் தீவிரத்தைக் கட்டுப்படுத்த நினைத்த ஆங்கிலேய அரசு "நிர்வாக வசதி" என காரணம் காட்டி 1905ல் வங்காளத்தை இரண்டாகப் பிரித்தது. இந்துக்களையும், முஸ்லீம்களையும் பிரித்தாள நினைத்து செய்யப்பட்ட வங்கப்பிரிவினைக்கு எதிராக நாடு முழுவதும் எதிர்ப்புக் குரல்கள் ஒலித்தன. அப்போதைய கவர்னர் ஜெனரல் கர்சன் பிரபுவை எதிர்த்து பெரும் கிளர்ச்சிகளும், ஆர்ப்பாட்டங்களும் நடைபெற்றன. மிதவாத உணர்வுடையவர்கள் அகிம்சை வழியில் எதிர்ப்பை வெளிப்படுத்திக் கொண்டிருந்த நிலையில் பல இளைஞர்கள் குழுக்களாக இணைந்து வன்முறைப் புரட்சிகளின் மூலம் தங்களின் எதிர்ப்பை வெளிப்படுத்தி வந்தனர். இதனால் ஏராளமான வீர இளைஞர்கள் கைது செய்யப்பட்டுச் சிறையிலடைக்கப்பட்டனர்.

கல்கத்தா நகரத் தலைமை நீதிபதியாக இருந்த கிங்ஸ்போர்ட் பல தேசபக்தர்களையும், பத்திரிக்கை ஆசிரியர்களையும் கைது செய்து சிறையில் அடைக்க உத்தரவிட்டான். சுசில்சென் என்ற பள்ளி மாணவனுக்கு முச்சந்தியில் வைத்து சவுக்கடி கொடுக்க உத்தரவிட்டான். இதனால் கோபம் கொண்ட வீர இளைஞர்கள் கிங்ஸ்போர்ட்டைத் தீர்த்துக் கட்ட முடிவு செய்தனர். அதற்காகத் தயாரிக்கப்பட்ட வெடிகுண்டுகளோடு குதிராம் போஸ், பிரபுல்லா சந்திரசக்கி ஆகிய இரு புரட்சி வீரர்கள் கிங்ஸ்போர்ட் மீது வெடிகுண்டுகளை வீசினர். குண்டு முதல் கோச் மீது விழ, இரண்டாவது கோச்சில் பயணம் செய்த கிங்ஸ்போர்ட் அதிர்ஷ்டவசமாக உயிர் தப்பினான். அதன் தொடர்பில் நடந்த விசாரணையின் போது பரீந்திர கோஷின் மாணிக் டோலா தோட்ட ஆசிரமத்தில் இருந்து ஏராளமான வெடிகுண்டுகளை போலீசார் கைப்பற்றினர். "மாணிக் டோலா வழக்கு" அல்லது "அலிப்பூர் சதி வழக்கு" என இவ்வழக்கு பதிவு செய்யப்பட்டது.

அலிப்பூர் சதித்திட்ட வழக்கில் ஈடுபட்டதாக 34 இளைஞர்கள் மீது குற்றம் சாட்டப்பட்டு விசாரணையின் முடிவில் அவர்கள் அந்தமான் சிறைச்சாலைக்குக் கொண்டு வரப்ட்டனர்.

"ஆயுதப் போராட்டமே ஆங்கிலேயர்களை இந்தியாவை விட்டு விரட்டுவதற்கான ஒரே வழி! அது மட்டுமே சுதந்திர சுவாசத்தை மீட்டுத் தரும்" என நினைத்த புரட்சிகர இளைஞர்கள் அதற்கான முன்னெடுப்புகளைச் செய்ய ஆரம்பித்தனர். 1897 ஜூன் 22 அதன் ஆரம்ப தினமானது. புனேயில் பிளேக் நோய் பரவியதையடுத்து கிருமிகளை ஒழிப்பதாய் கூறிக் கொண்டு மக்களை முகாம்களுக்குள் தள்ளியும், பெண்கள், சொத்துகளை சூறையாடியும் ஆங்கிலேய அரசாங்கம் கொடுமைகளை நிகழ்த்தியது. அதற்கு ஒரு முடிவு கட்ட நினைத்த சாப்கர் சகோதரர்கள் பிளேக் கமிஷனராக இருந்த "ராண்ட்" டை கொன்றனர். அதன் பேரில் நடந்த விசாரணையின் முடிவில் அவர்களுக்கு தூக்குத் தண்டனை விதிக்கப்பட்டது. இதன் தொடர்ச்சியாக ஆங்காங்கே சிறு சிறு புரட்சிகர இயக்கங்கள் உயிர் பெற ஆரம்பித்தன. இவைகளின் செயல்பாடுகளுக்கு திலகர், அரவிந்தர் போன்றோர் மறைமுக ஆதரவு கொடுத்து வந்தனர்.

1902 ல் வங்காளத்தில் தீவிரமாகச் செயல்பட்ட புரட்சி இயக்கமான அனுசீலன் சமிதி என்ற அமைப்பும், அதிலிருந்து பிரிந்த யுகாந்தர் என்ற அமைப்பும் அரசுக்கு எதிரான நடவடிக்கைகளில் வேகம் காட்டின. உடற்பயிற்சிக் கழகங்கள் என்ற பெயரில் வெடிமருந்து தயாரித்தல், மக்களுக்கு எதிராகவும், அரசுக்கு ஆதரவாகவும் செயல்படுபவர்களை கொல்லுதல் போன்ற தீவிர நடவடிக்கைகளில் இறங்கியது. "அலிப்பூர் சதி வழக்கு" "இந்து - ஜெர்மானிய சதி" உள்ளிட்ட வழக்குகளில் இவ்வமைப்பு பெரும் பங்காற்றியது.

வங்கப் பிரிவினைக்கு எதிரான போராட்டங்கள், புரட்சிகள் மூலம் மேலும் வலுப்பெற்ற விடுதலை வேட்கை உணர்வு மகாராஷ்டிரா, உத்தரப்பிரதேசம் ஆகிய இடங்களுக்கும் பரவியது. பல புதிய புரட்சிகர இயக்கங்கள் அங்கு தோன்றி ஆங்கிலேய அரசுக்கு எதிரான புரட்சி நடவடிக்கைகளில் இறங்கியது. மகாராஷ்டிராவில் சவர்க்கர் சகோதரர்கள் 1906ல் 'அபிநவ் பாரத்' என்ற அமைப்பைத் தொடங்கினர். சவர்க்கர் சகோதரர்களில் மூத்தவரான கணேஷ் சவர்க்கர் பல புரட்சிகர பாடல்களின் மூலம் இளைஞர்களிடையே விடுதலை உணர்வுகளைத் தூண்டிவிட்டார். இதனால் நாசிக் நகர கலெக்டராக இருந்த ஜாக்சன் அவர் மீது ராஜதுரோக குற்றம் சுமத்தி ஆயுள்தண்டனை விதித்தார். ஆயுள் தண்டனைக் கைதியான கணேஷ் சவர்க்கர் அந்தமான் சிறைக்குக் கொண்டு வரப்பட்டார்.

இதற்குப் பலிவாங்கும் நடவடிக்கையாக அபிநவ் பாரத்தின் உறுப்பினரான ஆனந்த் லட்சுமண கான்கரே கலெக்டர் ஜாக்சனை நேருக்கு நேர் நின்று சுட்டுக் கொன்றார். டநாசிக் சதி வழக்குட என்றழைக்கப்பட்ட இவ்வழக்கில் ஆனந்த லட்சுமண கான்கரே உட்பட மூவருக்கு மரணதண்டனை விதிக்கப்பட்டது.

உத்தரப்பிரதேச மாநிலம் முசாபர் நகரில் இயங்கி வந்த பாரத் மாதா சங்கம் "சுயராஜ்யா" என்ற பத்திரிக்கையை 1907ல் வெளிக்கொணர்ந்தது. அதில் தேச உணர்வைத் தூண்டும் அனல் பறக்கும் கட்டுரைகளை வெளியிட்டதற்காகவும், 1857ல் நடந்த சிப்பாய் கலகத்தின் பொன்விழாவை 1907 ஆம் ஆண்டில் தீவிரவாத உணர்வுடைய புரட்சி வீரர்களைக் கொண்டாடச் சொல்லித் தூண்டியதற்காகவும் அப்பத்திரிக்கையின் ஆசிரியர்கள் கைது செய்யப்பட்டனர். அதில் சிலர் தப்பித் தலைமறைவாகிவிட பத்திரிக்கையில் எழுதியதற்காக தண்டிக்கப்பட்டவர்களாய் அப்பத்திரிக்கை ஆசிரியர்களாக இருந்த ஹோட்டிலால் வர்மா, நந்தகோபால் சோப்ரா, லத்தாராம் கபூர் ஆகியோர் அந்தமான் சிறைச்சாலைக்குக் கொண்டு வரப்பட்டனர்.

'இந்திய விடுதலைக்காக அனைத்தையும் பணயம் வைப்போம்' என்ற கொள்கையோடு 1913ல் அந்நிய மண்ணில் உதயமான கதர் கட்சியில் இருந்து "கதர்" என்ற செய்தித்தாள் வெளியானது. குறைந்த காலத்தில் பலரின் ஆதரவை இக்கட்சி பெற்றது. முதல் உலகப்போர் தொடங்கியதும் இந்திய சுதந்திரத்திற்கான சந்தர்ப்பமாக அதை கதர் கட்சி மாற்ற நினைத்தது. ஆங்கிலேய அரசுக்கு எதிரான போர் என கிராமம், நகரம், இராணுவமுகாம் என்று அனைத்து இடங்களுக்கும் அறைகூவல் விடுக்கப்பட்டது. அதற்காக இந்தியா வந்த கதர் கட்சியின் நிறுவனரான கர்த்தர் சிங் பனாரசில் ராஷ்பிகாரி போலைச் சந்தித்தார். பஞ்சாப் இராணுவத்துடன் சேர்ந்து ஆங்கிலேய அரசை வீழ்த்த திட்டமிடப்பட்டது. அதற்காக பிரிட்டனின் எதிரி நாடுகளான ஜெர்மன், துருக்கியிடமிருந்து ஆயுதங்கள் பெறுவதற்கான முயற்சிகள் மேற்கொள்ளப்பட்டன. ஜெர்மன் வெளியுறவுத்துறை ஆயுதங்கள் வழங்க சம்மதித்ததைத் தொடர்ந்து புரட்சிக்குழுக்களை ராஷ்பிகாரி போஸ், பிங்ளே, சச்சிந்திரநாத் போன்ற தலைவர்கள் ஒருங்கிணைக்கும் வேலைகளைச் செய்தனர். 21.02.1915 ஐ தாக்குதலுக்கான தினமாகக் குறித்தனர்.

1915ல் கதர் இயக்கம் உச்சத்திலிருந்தது. கதர் இயக்கத்தைச் சேர்ந்தவர்களும், லாகூரைச் சேர்ந்த புரட்சியாளர்களும் ஒன்றாகி மாபெரும் மக்கள் எழுச்சிக்குத் திட்டமிட்டனர். ஏராளமான ஆயுதங்களும், வெடிகுண்டுகளும் புரட்சியாளர்களுக்கு விநியோகிக்கப்பட்டன. கதர் இயக்கத்தை நிறுவிய லாலா ஹர்தயாளின்

வேண்டுகோளை ஏற்று உலகெங்கிலும் உள்ள கதர் இயக்க உறுப்பினர்கள் அனைவரும் ஆயுதங்களோடு "கமகாட்டமாரு" என்ற கப்பலில் கல்கத்தா துறைமுகத்திற்கு வந்தனர். அவர்களைக் கைது செய்த ஆங்கிலேய அரசு அங்கிருந்து அந்தமான் சிறைச்சாலைக்கு அனுப்பியது. லாகூர் சதி வழக்கு என்ற பெயரில் நடைபெற்ற இவ்விசாரணையின் முடிவில் ஏராளமான சீக்கியப் போராட்ட வீரர்கள் அந்தமான் சிறைச்சாலைக்குள் அடைக்கப்பட்டனர்.

விடுதலை முழக்கமிட்டவர்கள் தன் மண்ணை, குடும்பத்தை விட்டுப் பிரிந்து கண்காணாத அந்தமான் தீவில் கைதிகளாய் சிறைபட்டிருந்ததோடு மட்டுமின்றி அங்கு கடுமையான சித்திரவதைகளுக்கும், அவமானங்களுக்கும் உள்ளாயினர். தண்டனைத் தொழிற்கூடங்களில் கடுமையான, கொடுமையான வேலைகள் செய்ய வைக்கப்பட்டனர். சிறை அதிகாரிகள் ஈவு, இரக்கமின்றி கைதிகளை நடத்தினர். அந்தக் கொடுமைகளை வீரசவர்க்கரின் வார்த்தைகளிலேயே கேட்போம். "தேங்காயும், கடுகும் அதிக விளைச்சல் உள்ள அந்தமானில் அவைகளை ஆட்டி எண்ணெய் எடுக்க அமைக்கப்பட்ட செக்குகளில் மாடுகளுக்குப் பதிலாக நம் மனிதர்களைக் கட்டிச் செக்கிழுக்க வைத்தனர். மலைக் குன்றுகளில் பாறைகளை வெட்டி எடுத்து சமன் செய்தல், சதுப்பு நிலங்களை சீர் செய்தல், நீர் நிரம்பியிருக்கும் குட்டைகளை தூர்வாருதல் போன்ற வேலைகளைச் செய்ய கைதிகளை குழுக்களாகப் பிரித்து 12 மணிநேரம் வரை வேலை வாங்கினர். மறுத்தாலோ, சோர்ந்து நின்றாலோ தண்டனைகள் சவுக்கடிகளாகவும், கசையடிகளாகவும் தரப்பட்டன".

இதுதான் இப்படி என்றால் சாப்பிடத் தரப்பட்ட உணவோ அதை விட கொடுமையாக இருந்தது. அந்தக் கொடுமையை அச்சிறைசாலையில் அடைக்கப்பட்டிருந்த அரவிந்த கோஷின் தம்பி பரீந்திரகுமார் கோஷ் வார்த்தைகளில் கேட்போம். "நாங்கள் அடைக்கப்பட்ட மறுநாள் கதவுகளைத் திறந்து சாலையில் வெளியே விட்டார்கள். பல் துலக்கி முகம் கழுவிக் கொண்டபின் அரிசிக் கஞ்சி தரப்பட்டது. அதில் உப்பு, ருசி இல்லை. தினமும் உப்பு இல்லாக் கஞ்சியை தான் விழுங்க வேண்டும்". இது மட்டுமின்றி உணவில் புழு, பூச்சிகள் இழையோடிக் கொண்டிருந்தன. ஒரு நாளைக்கு ஒரு கைதி இரண்டு கப்பிற்கு மேல் தண்ணீர் குடிக்க அனுமதியில்லை. இப்படிப்பட்ட கொடுமைகளால் வெறுப்புற்று ஆயுதக் கட்டுப்பாட்டுச் சட்டத்தின் கீழ் கைதாகி சிறையில் அடைக்கப்பட்டிருந்த வங்கத்தைச் சேர்ந்த இந்து பூஷன்ராய் என்ற இளைஞன் தற்கொலை செய்து கொண்டான். அதேபோல் வேலை செய்ய மறுத்ததற்காக கையில் விலங்கிட்டு ஏழு நாள் தொடர்ந்து நிற்க வைக்கப்பட்ட உலஸ்கர்தத் என்ற புரட்சி வீரன் மனநோய்க்கு உள்ளானான்.

லாகூர் சதி வழக்குக் கைதிகளில் ஒருவரான பந்தாசிங் வலிமையான உடல் கொண்டவர். மிகுந்த பலசாலியான இவரைத் தனியாக ஒரு இரும்புக் கூண்டுக்குள் அடைத்து வைத்தனர். இந்தக் கொடுமை போதாதென்று சிறை அதிகாரிகளும், வார்டன்களும் சேர்ந்து ஒருநாள் அவரை அடித்தே கொன்றனர்.

மாண்டலே சதிவழக்குக் கைதியான ராமகிருஷ்ணா தன் மதச் சடங்குகளைச் செய்ய அனுமதி மறுக்கப்பட்டதைக் கண்டித்து உண்ணாவிரதமிருந்தார். அதை ஒரு பொருட்டாகவே சிறை நிர்வாகம் நினைக்கவில்லை. ஆனாலும் ராமகிருஷ்ணா தன் கோரிக்கைக்காகப் பிடிவாதமாக உண்ணாவிரதமிருந்து உயிர் நீத்தார். தண்டனைக் கைதிகளை சிறைப்படுத்தி வைப்பதற்குப் பதிலாக சித்திரவதைப் படுத்துவதிலேயே சிறை நிர்வாகம் முனைப்புக் காட்டியது. இதன் மூலம் அவர்களுடைய மன உறுதியைக் குறைத்து புரட்சியாளர்களை நீர்த்துப் போக வைக்க முடியும் என நம்பியது. ஆனால் அப்படி ஏதும் நிகழவில்லை. மாறாக சித்திரவதைகளுக்கும், கட்டுப்பாடுகளுக்கும் இடையே புரட்சிக் கைதிகள் தன்மானம் இழக்காமல் வாழ விரும்பினர். கீழ்ப்படிந்து கேவலமாக வாழ்வதை விட எதிர்த்து நிற்பதே மேல் என நினைத்தனர். அதற்காகச் சிறைக்காவலர்களையும் அதிகாரிகளையும் அவர்கள் எதிர்க்கத் தயங்கவில்லை.

கதர் கட்சியைச் சேர்ந்த சிலர் சிறை அதிகாரிகளுக்கு அடிபணிய மறுத்து நின்ற போது அது மோதலாக உருமாறியது. தங்களை எதிர்த்து நின்றவர்களில் ஏழு பேரைச் சிறை அதிகாரிகள் அன்றிரவே கூண்டில் அடைத்து வைத்து அடித்தே கொன்றனர். இப்படியாக இருட்டறை உலகத்தில் சிறை அதிகாரிகள் தங்கள் இஷ்டம் போல கைதிகளை வதைத்துக் கொன்றனர்.

சிறைச் சாலையில் ஆங்கிலேயேர்கள் முதல் நிலை அதிகாரிகளாக இருந்தனர். இரண்டாம் நிலை அதிகாரிகளாகவும், வார்டன்களாகவும் ஆங்கிலேய அரசுக்கு அடிவருடியாக இருந்தவர்களும், கொடூரமான குற்றங்களைச் செய்து தண்டனைக் கைதிகளாக அரசால் அந்தமானுக்குக் கொண்டு வரப்பட்டவர்களுமே இருந்தனர். இருந்தும் என்ன பயன்? தங்களுக்கும் சேர்த்து சுதந்திரம் கேட்டுப் போராடியவர்களை ஆங்கிலேயர்களோடு சேர்ந்து அவர்களும் கொன்று குவித்த கொடூரத்தை என்னவென்பது?

கொடூரங்களின் உற்பத்திக் கிடங்காய், கொடுமைகளை நிகழ்த்துபவர்களின் கூடாரமாய் இருந்த இச்சிறையை "இந்தியன் பாஸ்டில்" என விஜயகுமார் சின்கா குறிப்பிட்டார். இவர் அலிப்பூர் சதி வழக்கில் கைதாகி அந்தமான் சிறையில் அடைக்கப்பட்டவர்

என்பது குறிப்பிடத் தக்கது! இவரின் இக்கூற்றை பின்னாளில் நேதாஜி சுபாஷ் வழிமொழிந்தார்.

உண்ணாவிரதமிருந்தவர்களுக்கு அன்று முதல் உடை, உணவு ஆகியவற்றை நிறுத்திய சிறையதிகாரிகள் அவர்களின் கையிலும் காலிலும் விலங்கிட்டு தொடர்ந்து நிற்கவைத்து கொடுமைப்படுத்தினர். இந்நிலையில் லாகூரிலிருந்து கொண்டு வரப்பட்ட ராம்ரகா என்ற புரட்சியாளனின் பூணூலை சிறை அதிகாரிகள் பறித்துக் கொண்டனர். அதைத் திரும்பக் கேட்டும் தனக்கு அதை அணிய உரிமை உண்டு என்றும் சொல்லி தொடர் உண்ணாவிரதமிருந்த ராம்ரகாவின் போராட்டம் நாள்கணக்கில் நீடித்தது. அவரின் கோரிக்கை ஏற்கப்படாத நிலையில் சிறையிலேயே அவர் உயிரிழந்தார்.

1913 ம் ஆண்டு அந்தமானுக்கு வருகை புரிந்த ரெஜினால்ட் க்ராட்டக், "இனியும் இச்சிறைச்சாலைகளைத் திறந்து வைத்திருக்க வேண்டிய அவசியம் இல்லை. உடனடியாக மூடிவிட்டு கைதிகளை இந்தியாவுக்குத் திருப்பி அனுப்பி வைக்க வேண்டும். இல்லையெனில் சாவு எண்ணிக்கை அதிகமாவதைத் தடுக்கமுடியாது. ஒருவேளை மூட முடியாத சூழல் இருந்தால் சிறை நிர்வாகம் மற்றும் கைதிகளை நடத்தும் முறைகளில் மாற்றங்களைக் கொண்டு வர வேண்டும்" என சிறைச்சாலை குறித்து விரிவான அறிக்கையை அனுப்பினார். ஆனால், இந்தியாவில் இருந்த சிறைத்துறையோ, "அந்தமானுக்கு புதிய சிறைத்துறை அதிகாரிகளை அனுப்புவதாலும், சீர்திருத்தங்களைச் செய்வதாலும் எந்தப் பயனுமில்லை" என வாதிட்டது. தவிர, கைதிகளை இந்தியாவுக்கு இடம் மாற்றுவதற்கு அதிகச் செலவாகும் எனக்கூறி அவரின் அறிக்கையை ஓரம் கட்டியது. அதன்பின்னர் அந்தமானைப் பார்வையிட வந்த உள்துறை உறுப்பினரான வில்லியம் வின்சென்ட், சிறைச்சாலையை மூடிவிடப் போவதாக அறிவித்தார். அந்த அறிவிப்பும் வெறும் அறிவிப்பாக மட்டுமே போனது. அதே நேரம் சிறை நடவடிக்கைகளில் சில மாற்றங்கள் செய்யப்பட்டன. இருட்டறையில் நிர்வாணமாக அடைத்து வைப்பது, கை, கால்களில் விலங்கிடுவது போன்ற தண்டனைகள் தவிர்க்கப்பட்டன. கைதிகள் வாசிப்பதற்காக நூலகம் அமைக்கப்பட்டது. பெண்கைதிகளில் பலர் விடுவிக்கப்பட்டு தாயகத்துக்கு அனுப்பப்பட்டனர்.

1915ல் அந்தமான் தீவுகளைத் தாக்கி புரட்சி வீரர்களை மீட்டு அவர்களை ஒரு நடுநிலை நாட்டிற்குக்கொண்டு வந்து சேர்க்க ஜெர்மனியில் இயங்கி வந்த 'பெர்லின் கமிட்டி' என்ற இந்திய போராட்டக் குழு முடிவு செய்தது. அதற்காக வின்சென்ட் கிராப்ட் என்ற ஜெர்மானியரை அனுப்பி வைத்தது. அதற்கெனத் தரப்பட்ட நிதியுடனும் தக்க முன்னேற்பாடுகளுடன் சிங்கப்பூரில் தங்கிச்

செயல்பட்டுக் கொண்டிருந்த வின்சென்ட் கிராப்ட்டை சந்தேகத்தின் பேரில் சிங்கப்பூர் போலீஸ் கைது செய்யவே "அந்தமான் அதிரடித் திட்டம்" என்ற முயற்சி தோல்வியடைந்தது.

தொடர்ந்து அந்தமான் சிறையிலிருந்த புரட்சி வீரர்கள் கொடுமைகளுக்கும், கட்டுப்பாடுகளுக்கும் எதிராக உண்ணாவிரதத்திலும், கிளர்ச்சிகளிலும் ஈடுபட்டு வந்தனர். இச்செய்தி இந்திய அரசின் கவனத்திற்கு வந்தது. பொது மக்களிடமிருந்தும் தொடர்ந்து புகார்கள் வரவே 1919ல் இந்தியச்சிறைச்சாலைக் குழுவை ஆங்கிலேய அரசு நியமித்தது. அக்குழுவின் பரிந்துரைப்படி அந்தமான் சிறைச்சாலையில் அடைத்து வைக்கப்பட்டிருந்த கைதிகள் அனைவரையும் இந்திய சிறைச்சாலைக்கு மாற்ற முடிவு செய்த ஆங்கிலேய அரசு 1921ல் அனைவரையும் மாற்றியதோடு அந்தமான் சிறைச்சாலையும் மூடப்பட்டது.

மூடப்பட்டது என்று சொல்வதைவிட அது சில காலம் தன்னை ஆசுவாசப்படுத்திக் கொண்டது எனலாம். அந்தமான் அரசு முழுமையாக சிறையை மூடும் எண்ணத்தைக் கொண்டிருக்கவில்லை. 1925ம் ஆண்டு அந்தமான் நிலைமையைப் பார்வையிடுவதற்காக வந்த அலெக்சாண்டர் முடிமான், "அந்தமான் சிறைச்சாலையை மூடும் பேச்சுக்கே இடமில்லை" என அறிவித்தார். அந்தமான் அரசும் "சிறையில் இருப்பவர்கள் மிகப்பெரிய கொலைக் குற்றவாளிகள். அவர்களை இங்கிருந்து வெளியே அனுப்புவது ஆபத்து" என சொல்லிக் கொண்டே இருந்தது. இதனால் முழுமையாக மூடப்படாமல் அவ்வப்போது புதிய கைதிகளை உள்வாங்கிய படியே இருந்த சிறைச்சாலை, ஆங்கிலேயர்கள் அந்தமானை விட்டு வெளியேறும் வரை இயங்கி வந்தது.

7

மாப்ளா எழுச்சியும்,
ரம்பா புரட்சியும்

காங்கிரஸ், கிலாபத் இயக்கம் ஆகிய இரண்டும் மக்கள் செல்வாக்குடன் செயல்பட்டு வந்த கேரள மாநிலம் மலபார் மாவட்டத்தில் "மாப்பிள்ளைமார்கள்", "மாப்ளாக்கள்" என்றழைக்கப்பட்ட முஸ்லீம்கள் அதிக அளவில் வாழ்ந்து வந்தனர். இவர்கள் ஆங்கிலேயர்களின் ஆதரவைப் பெற்றிருந்த நிலபிரபுக்களிடம் குத்தகைதாரர்களாகவும், பண்ணை அடிமைகளாகவும், விவசாயக் கூலிகளாகவும் வேலை செய்து வந்தனர். நிலபிரபுக்கள் குத்தகைப் பணத்தை திடீரென அதிகரிப்பது, குத்தகைதாரர்களை நிலத்தை விட்டு வெளியேற்றுவது போன்ற செயல்களில் ஈடுபட்டதால் அவர்களுக்கும் குத்தகைதாரர்களுக்குமிடையே பிரச்சனைகள் உருவாகி மோதலாக வெடித்தது.

நிலபிரபுக்களுக்கு எதிராக இப்பகுதி மாப்ளாக்கள் அனைவரும் ஒன்று திரண்டு நிற்பதைக் கண்ட ஆங்கிலேய அரசு அவர்கள் அதிகமாக வாழும் ஏரநாடு, வள்ளுவ நாடு ஆகிய இடங்களில் 144 தடை உத்தரவை பிறப்பித்தது. அதன் தொடர்ச்சியாக மாப்ளாக்களைக் கைது செய்யும் நடவடிக்கையில் ஆங்கிலேய அரசு இறங்கியதால் கோபம் கொண்ட மாப்ளாக்கள் வாளும், கேடயமும் ஏந்தி வீதிகளில் இறங்கினர். கிலாபத் இயக்கத்தால் உரம் பெற்றிருந்த அவர்கள் காவல் நிலையங்கள், நீதிமன்றங்கள், பத்திரப் பதிவு அலுவலகங்கள், அரசு கருவூலங்கள் முதலியவைகளைத் தாக்கியதோடு தீக்கிரைக்கும் உள்ளாக்கினர். இந்த எழுச்சி பல இடங்களுக்கும் பரவி பெரும் போராட்டமாக மாற, கிராமப்புற பகுதிகள் மாப்ளாக்கள் வசமாகின. நகர்ப்புறப் பகுதிகளை தங்கள் கட்டுப்பாட்டில் வைத்திருந்த ஆங்கிலேயப் படைகள் அரசாங்கம் இராணுவச் சட்டத்தைப் பிறப்பித்ததும் அங்கிருந்து ஊடுருவி கிராமப்புறப் பகுதிகளுக்குள் நுழைந்து கொடூரமான தாக்குதல்களை நடத்தின. நூற்றுக்கணக்கான மாப்ளாக்கள் கைது செய்யப்பட்டு சிறையில் ஒடுக்கப்பட்டனர்.

கைது செய்யப்பட்டிருந்த கைதிகளில் 122 பேரை காற்றோட்டம், வெளிச்சம், இருக்கை, கைப்பிடி என எதுவுமே இல்லாத ஒரு சரக்கு இரயில் பெட்டியில் நிற்கவே இடமில்லாத நிலையிலும் நெட்டித் தள்ளி ஏற்றி கதவை மூடி சீல் வைத்து அங்கிருந்து கோவைக்குக் கொண்டு வந்தனர். வெளிச்சமும், காற்றும் இல்லாததால் பெட்டிக்குள் முடக்கப்பட்டவர்கள் மூச்சுத்திணறியும், மயங்கியும், ஒருவர் மீது ஒருவர் அழுந்திய படியும் 90 மைல்களைக் கடந்து வந்தனர். கோவையில் பெட்டி திறக்கப்பட்டபோது அதிலிருந்தவர்கள் கல், மணலைப் போல சரிந்து விழுந்தனர். 64 மாப்ளாக்கள் மூச்சுத்திணறி இறந்துபோக மற்றவர்கள் குற்றுயிரும் கொலையுயிருமாகக் கிடந்தனர்.

1921ம் ஆண்டு நவம்பர் 19ல் நடந்த இந்தச் சம்பவம் இந்தியா முழுக்க மிகப் பெரிய கொந்தளிப்பை உண்டாக்கியது. பெருமளவில் மக்கள் போராட்டங்களை நடத்த ஆரம்பித்தனர். மாப்ளாக்களுக்கும், ஆங்கிலேயப் படைகளுக்கும் இடையே நடந்த மோதலில் ஆயிரக்கணக்கானோர் கொல்லப்பட்டனர். ஏராளமானோர் கைது செய்யப்பட்டு சென்னை சிறையில் அடைக்கப்பட்டனர். கைதானவர்களின் எண்ணிக்கை அதிகமாகவே 1922ல் டி.எஸ். எஸ்.மகாராஜா என்ற கப்பலில் அவர்களை ஏற்றி அந்தமானுக்கு ஆங்கிலேய அரசு அனுப்பியது. அங்கு தங்களின் வாழ்விற்காக போராடிய மாப்ளாக்கள் அதிகாரிகளைத் தாக்க ஆரம்பித்தனர். இராணுவத்தைக் கொண்டு நிலைமையைக் கட்டுப்படுத்திய ஆங்கிலேய அரசு மாப்ளாக்களுக்கு சில சலுகைகளை வழங்கியதோடு அவர்களின் குடும்பங்களையும் அந்தமானுக்கு வரவழைத்து அவர்களோடு வாழ வகை செய்து கொடுத்தது. இப்படிக் கொண்டு வரப்பட்ட மாப்ளாக்களின் சந்ததியினர் தான் இன்று அந்தமானில் வசிக்கக்கூடிய கேரள மக்கள்!

இவர்களையடுத்து அந்தமானுக்குக் கொண்டு வரப்பட்டவர்கள் ரம்பா புரட்சியாளர்கள். ஆந்திரமாநிலம் மேற்கு கோதாவரி மாவட்டத்தில் உள்ள பகுதி "ரம்பா". இங்கு வாழ்ந்து வந்த ஏழை விவசாயிகளும், மக்களும் காடுகளைச் சார்ந்தே இருந்தனர். இந்நிலையில் காடுகளில் பொருட்களை சேகரிக்கவும், பயன்படுத்தவும் தடைவிதித்த ஆங்கிலேய அரசு காட்டில் சேகரிக்கப்படும் பொருட்களுக்கு வரியும் வதித்தது. இதனால் கோபம் கொண்ட அப்பகுதி விவசாயிகளும், மக்களும் 1878ல் ஆங்கிலேயர்களுக்கு எதிராகப் போரிட ஆரம்பித்தனர். திடீரென கிளம்பிய இந்த புரட்சிப்போரை தன்னுடைய வலிமையான காவல்படைகளின் மூலம் ஆங்கிலேய அரசு ஒடுக்கியது. அப்படி ஒடுக்கப்பட்டுக் கிடந்த மக்களின் மனக்குமுறல் 1922ல் ஒரு பெரிய புரட்சியாக வெடித்தது.

ஆங்கிலேயர்களைக் கலங்கடிக்க வைத்தது. இப்புரட்சியை அல்லூரி சீத்தாராம ராஜு என்பவர் தலைமையேற்று நடத்தினார்.

அரசின் எடுபிடிகளும், ஆங்கிலேய அதிகாரிகளும் இப்பகுதியின் பூர்வகுடி மக்களையும், விவசாயிகளையும் பலவழிகளிலும் கஷ்டப்படுத்துவதைக் கண்ட அல்லூரி சீத்தாராம ராஜு அரசாங்கத்திற்கு இதுகுறித்து பல மனுக்களை அனுப்பினார். வேண்டுகோள்களை பவ்வியமாக முன் வைத்தார். ஆனால், ஆங்கிலேய அரசோ அதுபற்றி எதுவும் கண்டு கொள்ளவில்லை.

அமைதி வழியில் முயன்று, முயன்று மனம் வெறுத்துப்போன அல்லூரி சீத்தாராம ராஜு ஆயுத வழிக்கு மாறினார். ஆயுதமும் புரட்சியும் தான் தீர்வைத் தரும் என முடிவு செய்தவர் அதற்காக பூர்வகுடி இளைஞர்களையும், விவசாயிகளையும் ஒன்று திரட்டி தீவிர பயிற்சியளித்தார். ஆங்கிலேய அரசுக்கு எதிரான போதனைகள் மூலம் அவர்களை புரட்சிக்கு தயார்படுத்தினார்.

தான் தயார் செய்த 300 வீரர்களுடனும், உள்ளூர் மக்களின் ஒத்துழைப்புடனும் 1922ல் சிந்தபள்ளி காவல் நிலையத்தை தாக்கி தனது நடவடிக்கையை ஆரம்பித்த அல்லூரி சீத்தாராம ராஜு அங்கிருந்த ஏராளமான ஆயுதங்களைக் கைப்பற்றினார். அதன் தொடர் நடவடிக்கையாக ஆங்கிலேய அரசுக்குச் சொந்தமான தானியக்கிடங்குகளையும், உணவுப் பொருட்களை ஏற்றி வரும் அரசு வாகனங்களையும் தன் படைகளைக் கொண்டு தாக்கி வந்தார். இதன் உச்சகட்டமாகத் தன் பின்னால் திரண்டிருந்த ஆயிரத்திற்கும் மேற்பட்ட வீரர்களோடு பூர்வ குடிமக்களையும், ஏழை விவசாயிகளையும் ஒன்று திரட்டி "குஸ்ரிகாட்" இராணுவ முகாமை தாக்கினார். அத்தாக்குதலில் எல்காட், ஹெய்ட்டர் என்ற இரு இராணுவ தளபதிகள் கொல்லப்பட்டதுடன் இராணுவ முகாம் முற்றிலும் சிதைத்து எறியப்பட்டது. தங்களைத் தாக்கும் நோக்கத்தில் பின் தொடர்ந்து வந்த ஆங்கிலேயப் படைகளையும், கூடுதலாக அரசாங்கத்தால் அனுப்பி வைக்கப்பட்ட படைகளையும் காட்டிற்குள் நுழைய வைத்து அல்லூரி சீத்தாராம ராஜுவும் அவரது வீரர்களும் வேட்டையாடினர். தானா, கடோசி ஆகிய இடங்களிலிருந்த காவல் நிலையங்களை தொடர்ச்சியாக தாக்கி அங்கிருந்த ஆயுதங்களைக் கைப்பற்றினர்.

இச்செயல்களால் அதிர்ந்த ஆங்கிலேய அரசு அஸ்லாம் ரைபிள் படைப் பிரிவை பெரும் எண்ணிக்கையில் அங்கு அனுப்பி வைத்தது. கிராமங்களுக்குள் நுழைந்து சூறையாடிக் கொண்டிருந்த அவர்களை அல்லூரி சீத்தாராம ராஜுவும் அவரது வீரர்களும் எதிர்கொண்டு தாக்கினர். கடுமையான மோதல்கள் அடிக்கடி நடைபெற்று வந்தன. 1924ல் நடந்த ஒரு மோதலில் அல்லூரி சீத்தாராம ராஜு குண்டடிபட்ட

நிலையில் கைது செய்யப்பட்டு பின் சுட்டுக் கொல்லப்பட்டார். அதன்பின் ரம்பா புரட்சியை கடுமையான நடவடிக்கைகள் மற்றும் தாக்குதல்களின் மூலம் ஒடுக்கிய ஆங்கிலேய அரசு பலரைக் கைது செய்து கொன்றது. பலருக்கும் நீண்ட கால சிறைத் தண்டனை விதிக்கப்பட்டது. அப்படி சிறைத் தண்டனை வழங்கப்பட்டவர்களை ஆங்கிலேய அரசு அந்தமானுக்குக் கொண்டு வந்தது.

8

மீண்டும் திறக்கப்பட்ட கூண்டுச் சிறை

இந்திய விடுதலைப் போரின் புரட்சி முகம் சற்றே தீவிரம் குறைந்திருந்த நிலையில் 1922ம் ஆண்டு உத்தரபிரதேசம் கோரக்பூர் மாவட்டத்தில் உள்ள சௌரிசௌரா என்னுமிடத்தில் நடந்த சம்பவம் மீண்டும் புரட்சி நடவடிக்கைகளைத் தீவிரமாக்கியது. அங்கு ஊர்வலமாக அமைதியான முறையில் வந்து கொண்டிருந்த மக்களை போலீஸ் துரத்தித் துரத்தி சுட்டுத்தள்ள-கொதித்தெழுந்தவர்கள் 22 காவலர்களைக் காவல் நிலையத்திற்குள் பூட்டி வைத்து உயிரோடு தீயிட்டுக் கொளுத்தினர். "சௌரிசௌரா சம்பவம்" என வரலாற்றில் இடம்பெற்ற இச்சம்பவத்திற்கு பிறகு தீவிரமாத மனப்போக்குடைய இளைஞர்களும், புரட்சியாளர்களும் தனி நபராகவும் தனி அமைப்பாகவும் செயல்பட்டுக் கொண்டிருந்ததை விட்டுவிட்டு ஒரே குழுவாக இணைந்தனர். அப்படி இணைந்து உருவான "இந்துஸ்தான் ரிபப்ளிகன் அசோசியேஷன்" என்ற குழு நாடு முழுவதும் ஆயுதப்போராட்டத்திற்கு அறைகூவல் விடுத்ததோடு தங்களின் போராட்டத்திற்குத் தேவையான பணத்தை அரசாங்க கஜானாக்களிலிருந்து கொள்ளையடிக்க முடிவு செய்தது. அதன்படி கவிஞர் ராம் பிரசாத் பிஸ்மல் தலைமையில் புரட்சி இளைஞர்கள் சிலர் இணைந்து 1925 ஆகஸ்ட் 9ல் லக்னோவிலிருந்து ஆலம் நகர் நோக்கி இரயில்வேயின் வாராந்திர வசூல் பணத்துடன் வந்து கொண்டிருந்த பாசஞ்சர் இரயிலை ககோரி என்ற இடத்தில் நிறுத்தி பதினைந்தே நிமிடத்தில் பணத்தைக் கொள்ளையடித்தனர். ஒரு மாதம், இரண்டு மாதமல்ல; ஏறக்குறைய இரண்டு வருடம் தேடி அலைந்து கைது செய்த 40 பேரை போலீஸ் கோர்ட்டில் ஆஜர் செய்தது. இவ்வழக்கில் கவிஞர் ராம் பிரசாத் பிஸ்மல், ரோஜன் சிங், அஷ்பக் உல்லா, ராஜேந்திர லாகிரி ஆகிய நால்வருக்கு மரணதண்டனையும், மற்றவர்களுக்கு ஆயுள் தண்டனையும் விதிக்கப்பட்டது.

1928ல் நாகை இரயில்வே தொழிற்சாலையில் கிளர்ச்சி ஒன்று தொடங்கியது. "தென்னிந்தியாவை உலுக்கிய 10 நாள் போராட்டம்" என மாகாண அரசின் ஆண்டறிக்கை அக்கிளர்ச்சியை வர்ணித்துள்ளது. அக்காலத்தில் தென்னிந்திய இரயில்வே நிர்வாகம் தனியார் கம்பெனியாக

இருந்தது. நாகையில் இருந்த இரயில்வே தொழிற்சாலையை திருச்சிக்கு மாற்ற கம்பெனி திட்டமிட்டதோடு 5000 தொழிலாளிகளை வேலை நீக்கம் செய்து வீட்டுக்கனுப்பவும் முடிவு செய்தது. கம்பெனியின் இந்த முடிவை எதிர்த்து தொழிலாளர்கள் கிளர்ச்சியில் ஈடுபட்டனர். பதிலுக்கு கம்பெனி தொழிற்சாலையை இழுத்து மூட கிளர்ச்சியில் ஈடுபட்டிருந்த தொழிலாளர்களில் சிலர் ஆத்திரமுற்று தீ வைப்பு, தண்டவாளங்கள் பெயர்ப்பு போன்ற செயல்களில் இறங்கினார். கம்பெனிக்கு ஆதரவாக வந்த போலீசார் பல இடங்களில் தொழிலாளர்கள் மீது தடியடி நடத்தினர். போராட்டத்தைத் தூண்டியதாக, குற்றம்சாட்டி தலைவர்கள் பலரைக் கைது செய்து சிறையிலடைத்தனர். "தென்னிந்திய இரயில்வே சதி வழக்கு" என்றழைக்கப்பட்ட இவ்வழக்கில் பெருமாள் என்ற தொழிலாளிக்கு ஆயுள் தண்டனை விதிக்கப்பட்டது.

1938ல் சர்.ஜான் சைமன் என்பவர் தலைமையில் ஆங்கிலேய அரசு ஒரு குழுவை இந்தியாவிற்கு அனுப்பியது. இந்தியர்கள் எவரும் அதில் இடம் பெற்றிராத நிலையில் அக்குழுவைத் திரும்பிப் போகச் சொல்லி அக்குழு சுற்றுப்பயணம் செய்த இடங்களில் எல்லாம் கறுப்புக் கொடி ஆர்ப்பாட்டங்களும், ஊர்வலங்களும் நடைபெற்றன. 1928 அக்டோபர் 30ல் லாகூர் வந்த அக்குழுவினை எதிர்த்து பாஞ்சால சிங்கம் லாலா லஜபதிராய் தலைமையில் நடந்த போராட்டத்தில் லாகூர் உதவி போலீஸ் சூப்பிரண்டண்டாக இருந்த சாண்டர்ஸ் லாலா லஜபதிராயை கடுமையாக தாக்கினான். பலத்த காயமடைந்த அவர் மருத்துவ சிகிச்சை பலனின்றி இறந்து போனார். இதனால் கோபம் கொண்ட புரட்சியாளர்கள் ஆங்கிலேய அரசுக்குப் பாடம் புகட்டும் வேலையையும், பலி வாங்கும் படலத்தையும் ஆரம்பிக்க முடிவு செய்தனர்.

அதற்கான வேலை வந்தது. டில்லி சட்டசபையில் (இப்போதைய பாராளுமன்றம்) அடக்குமுறைச் சட்டங்களான பொது பாதுகாப்பு மற்றும் தொழில் தகராறு மசோதா நிறைவேறுவதாக இருந்தது. அக்கூட்டத் தொடரின் நடவடிக்கைகளை இரண்டு நாட்களுக்கு முன்பே சட்டசபைக்குள் நுழைந்து கண்காணித்து வந்த பகத்சிங்கும், பி.கே. தத்தும் தெளிவான திட்டத்தை தீட்டினர். மசோதா நிறைவேற வேண்டிய மூன்றாவது நாள் வழக்கம்போல சட்டசபைக்குள் நுழைந்து பார்வையாளர்கள் பகுதியில் அமர்ந்த பகத்சிங்கும், பி.கே.தத்தும் கையோடு கொண்டு வந்திருந்த வெடிகுண்டை எடுத்து வீச ஆரம்பித்தனர். உயிர்பலி எதுவும் நிகழாத வகையில் தங்களது எதிர்ப்பை மட்டும் காட்டத் திட்டமிட்டு நடத்தப்பட்ட இவ்வெடிகுண்டு வீச்சு வழக்கில் பகத்சிங்கும், பி.கே. தத்தும் தாமாகவே முன்வந்து சரணடைந்தனர். இதன் தொடர்பில் கைது செய்யப்பட்ட பலருக்கு வழக்கு விசாரணையில் ஆயுள் தண்டனை வழங்கப்பட்டது.

டெல்லி சட்டசபை குண்டுவீச்சு வழக்கிற்காக நடைபெற்ற விசாரணையின் போது போலீசுக்கு லாகூரில் பகவதி சரண் வோரா பெயரிலிருந்த வீட்டில் குண்டு தயாரிப்பு தொழிற்சாலை நடைபெற்று வரும் தகவல் கிடைத்தது. உடனே லாகூரில் சம்பந்தப்பட்ட வீட்டிலிருந்த தொழிற்சாலையைச் சோதனையிட்ட போலீஸ் பகத்சிங்கின் இயக்கத் தோழர்களான சுகதேவ், ஜெயகோபால், கிஷோரிலால் ஆகியோரைக் கைது செய்தது. 1929 ஜூலை 19ல் "லாகூர் சதி வழக்கு" என்ற பெயரில் தொடங்கிய இவ்வழக்கில் பகத்சிங் உள்ளிட்ட 19 இளைஞர்கள் மீது குற்றம் சாட்டப்பட்டது. விசாரணையின் முடிவில் பகத்சிங், சுகதேவ், ராஜகுரு ஆகியோர் தூக்கிலிடப்பட்டனர். மற்ற புரட்சியாளர்களுக்கு ஆயுள் தண்டனை விதிக்கப்பட்டது.

வங்காளத்தில் இருந்த சிட்டகாங் (தற்போது இப்பகுதி பங்களாதேஷ் நாட்டில் இருக்கிறது) என்ற ஊரைச் சேர்ந்த சூர்யா சென் என்ற இளைஞர் புரட்சிவீரர்களை எல்லாம் ஒருங்கிணைத்து சிட்டகாங் இராணுவ தளவாட தயாரிப்புத் தொழிற்சாலையில் ஆயுதங்களைக் கொள்ளையிடவும், அதைக் கொண்டு ஆங்கிலேயர்களைத் தாக்கவும் திட்டமிட்டார். பல்முனைத் தாக்குதல்களை ஒரே நேரத்தில் நடத்தி ஆங்கிலேய அரசின் கவனத்தைத் திசை திருப்பவும் அதே நேரம் சிட்டகாங் ஆயுதத் தொழிற்சாலையிலிருந்து ஆயுதங்களைக் கொள்ளையிடவும் திட்டங்கள் தயாரிக்கப்பட்டு புரட்சி வீரர்கள் சிறு சிறு குழுக்களாகப் பிரிக்கப்பட்டனர். "சிட்டகாங் இந்தியன் ரிபப்ளிக் ஆர்மி" என்ற பெயரில் சூர்யா சென் தலைமையில் நடந்த இந்த ஆபரேஷன் பெரிய வெற்றியைப் பெற்றது. தகவலறிந்து வந்த போலீஸ்படை பலமணி நேர துப்பாக்கிச் சூட்டிற்குப் பின் பலரைக் கைது செய்தது. 1932ல் நடந்த இவ்வழக்கில் 14 பேருக்கு ஆயுள் தண்டனை வழங்கப்பட்டது.

இப்படி 1925ல் தொடங்கி 1930 வரையிலும் புரட்சிவீரர்கள் நடத்திய புரட்சியாலும், கிளர்ச்சியாலும், எழுச்சியாலும் கைது செய்யப்பட்டு ஆயுள் தண்டனை பெற்றவர்களின் எண்ணிக்கை அதிகமாகிக் கொண்டே வந்ததாலும், 1932ல் ஆங்கிலேய அரசுக்கு எதிராக நிலவிய எதிர்ப்புணர்வில் கைது செய்யப்பட்டவர்கள் அதிகமானதாலும் இந்திய சிறைகளிலிருந்து அவர்களை அந்தமானுக்கு நாடு கடத்த ஆங்கிலேய அரசு முடிவு செய்தது. உருவில் மனிதர்களாகவும், உணர்வில் நெருப்பு கோளங்களாகவும் விளங்கிய அவர்களை அந்தமானில் வெட்டவெளியில் உலாவித் திரியவிட்டால் ஏற்படக்கூடிய அபாயங்களை முன்னர் நடைபெற்ற சம்பவங்கள் மூலம் உணர்ந்திருந்த அரசு மீண்டும் சிறைச்சாலையைத் திறக்க முடிவு செய்தது.

9
கொடூரத்தின் உச்சம்

சிட்டகாங் ஆயுதக் கொள்ளை வழக்கில் கைது செய்யப்பட்டு ஆயுள் தண்டனை பெற்றவர்களை முதன்முதலில் கல்கத்தா துறைமுகத்திலிருந்து அந்தமானுக்கு ஏற்றினர். அவர்களைத் தொடர்ந்து மற்ற சிறைகளிலிருந்த புரட்சிக் கைதிகளை அந்தமான் சிறைக்குக் கொண்டு வந்தனர். இந்திய சிறைச்சாலைகளிலிருந்து அவர்களை துறைமுகத்திற்கு கொண்டுவர ஆரம்பித்த வினாடியிலிருந்தே ஆங்கிலேயர்களின் அட்டூழியமும், அடாவடித்தனமும் ஆரம்பமானது. புரட்சிக் கைதிகளை பத்து பேர், பன்னிரெண்டு பேர் என சேர்த்து நிற்கவைத்து ஒரே சங்கிலியால் விலங்கிட்டு கப்பலின் இஞ்சின் அறைக்கு அருகிலிருந்த வெப்பமான அறையில் அடைத்தனர். கொடுமையான அந்தச் சூட்டில் இருந்தபடி நான்கு நாட்கள் பயணம் செய்து அந்தமான் கரையில் இறங்கியதும் அவர்களின் உடைமைகளை ஏற்கனவே தண்டனை பெற்று அந்தமானில் கைதிகளாக இருந்தவர்கள் சுமந்துவர ஆடு, மாடுகளைப் போல கப்பலிலிருந்து புரட்சிக் கைதிகளை இழுத்து வந்து சிறையில் அடைத்தனர்.

சிறையில் அடைக்கப்பட்டவர்களுக்கு அதன் அமைப்பே அசாத்தியமானதாக இருக்க, அங்கு கைதிகளை மேற்பார்வை செய்து வந்த சிறை கண்காணிப்பாளர்களும், அவர்களுக்குக் கீழ் பணியாற்றும் காவலர்களும் கொடூரவாதிகளாக இருந்தனர். கொடுமை, சித்திரவதைகளின் ஒட்டுமொத்த உரிமையாளனாக இருந்த டேவிட் பர்ரி என்ற ஆங்கிலேய அதிகாரி அங்கிருந்த சிறைக் கண்காணிப்பாளர்களில் குறிப்பிடத்தக்கனவாக இருந்தான். இரட்டை நாடு கடத்தல் தண்டனை பெற்று அந்தமானுக்கு வந்த சவர்க்கர் சகோதரர்களில் ஒருவரான தாமோதர சவர்க்கர் தன்னுடைய "வாழ்நாள் முழுமைக்கும் நாடு கடத்தப்பட்ட என் கதை" (The Story of my transportation for life) என்ற நூலில் இவனைப் பற்றி விரிவாக எழுதியிருக்கிறார்.

4½ அடி உயரமே உடைய டேவிட் பர்ரி தனக்குத் தானே இட்டுக் கொண்ட பெயர் "நான் சிங்கங்களை மேய்ப்பவன்''. இந்த ஒரு

அடைமொழியில் மட்டும் தான் அவன் உண்மையுடையவனாக இருந்தான். விடுதலை வேட்கையோடு போராடி அந்தமான் சிறைக்கு கொண்டு வரப்பட்ட ஒவ்வொரு புரட்சிவீரனும் சிங்கம் தானே! அத்தகைய சிங்கங்களை சித்திரவதை செய்வதையும், அவமானப்படுத்துவதையும் டேவிட் பர்ரி வழக்கமாக கொண்டிருந்தான். அவன் வழங்கிய தண்டனைகள் வார்த்தைகளால் விவரிக்கமுடியாத ரணங்களாக இருந்தன.

சிறை விதிகளை மீறும் புரட்சிக் கைதிகளை இரும்பாலான முக்காலி சட்டத்தின் மீது படுக்க வைத்து கை கால்களை சங்கிலியால் கட்டிப்போட்டு தோல் உரிந்து இரத்தம் வரும் வரை சவுக்கால் அடிப்பான். புரட்சிக் கைதிகளைக் கொடுமைகள் செய்ய வேண்டும் என்பதற்காகவே அவர்களைத் தண்டிப்பதற்கு புதுப்புது காரணங்களைக் கண்டுபிடிப்பான். கோணி ஊசியால் (சாக்கு தைக்கும் ஊசி) உடம்போடு ஆடையை வைத்துத் தைக்கும் கொடூரத்தைச் செய்வதற்காக அவன் சொல்லும் காரணம் என்ன தெரியுமா? புரட்சிக் கைதிகள் சீருடையை சரியாக அணியவில்லை! அதேபோல தேங்காய் மட்டையாலும், அதன் நாராலும் உடம்பைத் தேய்த்து இரத்தம் வரவைக்கும் கொடூரத்தை செய்வதற்கு 'கைதிகள் ஒழுங்காக அழுக்கு தேய்த்து குளிப்பதில்லை!' என்று காரணம் சொல்வான்.

எதன் பொருட்டும், எதற்காகவும் கவலைப்படாமல் கையில் கிடைத்தவைகளைக் கொண்டு கைதிகளைத் தாக்குவான். அடிகள் பட்ட இடமெல்லாம் வீங்கி சதைகள் கிழிந்து இரத்தம் வடிவதைக் கண்டு ரசித்து சந்தோச எக்காளமிடுவான். புதிதாக அந்தமான் சிறைச்சாலைக்குக் கொண்டு வரப்படும் புரட்சிக் கைதிகளிடமும், இதர தண்டனைக் குற்றவாளிகளிடமும் டேவிட் பர்ரி ஆற்றிய உரையைக் கேளுங்கள்.

"ஏய் கைதிகளே! நன்றாக கேட்டுக் கொள்ளுங்கள். இந்த உலகத்தில் ஒரே ஒரு கடவுள்தான் உண்டு என்பார்கள். ஆனால் இங்கு - போர்ட் பிளேயரில் - இரண்டு கடவுள்கள் உண்டு. ஒருவர் விண்ணுலகில் இருக்கிறார். மற்றொருவர் இந்த பூவுலகில் இருக்கிறார். பூவுலகில் இருக்கும் அந்த கடவுள் வேறு யாருமல்ல. நான் தான்! விண்ணுலக கடவுள் நீங்கள் இறந்து மேலே சென்ற பின்புதான் பரிசளிப்பார். ஆனால் இந்த பூவுலக போர்ட் பிளேயர் கடவுள் இங்கேயே இப்போதே பரிசளிப்பார். எனவே கைதிகளே, ஒழுங்காக நடந்து கொள்ளுங்கள். என் நடவடிக்கையில் எவரும் குறுக்கிட முடியாது. நான் நினைத்ததை முடிப்பவன். ஜாக்கிரதை......."

"......இந்தச் சிறையின் மதில் சுவர் ஏன் உயரமின்றி கட்டப்பட்டிருக்கிறது தெரியுமா? இந்தச் சிறையைச் சுற்றிலும் ஆயிரம்

மைல்கள் வரை கடலும், அடர்ந்த காடுகளும் தான் உள்ளது. இங்கிருந்து அவைகளைக் கடந்து எளிதில் தப்பிச் செல்ல முடியாது. அது தவிர இன்னொரு முக்கிய காரணம், டேவிட்பர்ரி என்கின்ற நான் இருப்பதால் தான்! இதையெல்லாம் உணர்ந்து செயல்பட்டால் உங்களுக்கு நல்லது. இல்லையென்றால் கடவுள் கூட உங்களை காப்பாற்ற இங்கு வர முடியாது.''

இத்தகைய வரவேற்பு உரைகளோடு சிறை அறைகளுக்குள் அடைபட்டுக் கிடந்தவர்களுக்குத் தரப்பட்ட உணவில் கல்லும், மண்ணும் கலந்து கிடந்தன. தண்ணீரில் புழுவும், பூச்சியும் ஓடித்திரிந்தன. காய்கறிகளுக்குப் பதிலாக முள்ளுடன் கூடிய காட்டுவேரும், கசப்புச் சுவையுடைய பருப்பும் வேகவைத்துத் தரப்பட்டன. குளிப்பதற்கு கடல்நீர் மட்டுமே அதுவும் எப்போதாவது தரப்பட்டது.

சிறைச்சாலைகளின் அறைகளோ படுமோசமான நிலையில் இருந்தன. கட்டப்பட்டபோது வர்ணம் (Paint) பூசப்பட்ட அறைகளில் மூட்டைப்பூச்சிகள், தேள், பூரான், பாம்பு, எலி போன்றவைகள் சர்வசாதாரணமாக வந்து போயின. கொசுக்கள் ரீங்காரமிட்டுச் சுற்றி வந்தன. மழைக் காலத்தில் அறைகளில் நீர் கசிந்து நிரம்பின. அப்பவும் கூட ஈரத்தோடு இரவு முழுவதும் அதற்குள்ளேயே தான் அடைந்து கிடக்க வேண்டும். அந்தமானில் எப்போதாவது சில மாதங்களில் மட்டும் மழை பெய்யாது. வருடத்தில் ஏழு மாதம் அங்கு மழைக்காலம் தான்!

வெளிச்சமும், காற்றும், சுகாதாரமும் இல்லாத அறைகளில் அடைக்கப்படும் புரட்சிக் கைதிகள் மாலை நேரம் வரை பகல் முழுவதும் அங்கிருக்கும் தொழிற்சாலைகளில் வேலை செய்ய வேண்டும். மறுத்தாலோ, சோர்ந்து நின்றாலோ கசையடிகளோடு தண்டனை பெற்ற குற்றவாளிக் கைதியின் (கான்விக்ட் வார்டன்) ஏச்சும், பேச்சும், உதையும் விழும். அவர்களின் பூட்ஸ்களை எச்சிலால் நாக்கை வைத்தே துடைக்க வைக்கும் கொடுமைகளும் சர்வ சாதாரணமாக நடந்தது.

பொறுமைக்கும் ஒரு எல்லை உண்டல்லவா? அந்தப் பொறுமையை சிறை அதிகாரிகளும், காவலர்களும் பலமுறை புரட்சிக் கைதிகளிடம் சோதித்துப் பார்த்துக் கொண்டேயிருந்ததால் புரட்சிக் கைதிகளும் ஒரு முடிவுக்கு வந்தனர். வாழ்வோ? சாவோ? இனியும் அடிபட்டும், உதைபட்டும், சிறுமைபட்டும் கிடப்பதைவிட அடக்குமுறைகளுக்கு உள்ளானாலும் உரிமைகளுக்காக போராடுவது என முடிவு செய்தனர்.

இந்நிலையில் சிறைக் கண்காணிப்பாளராக இருந்த டேவிட் பர்ரியின் கொடுமைகள் முன்னிலும் அதிகமாக இருந்தன. முதலில் இதற்கு ஒரு முடிவு கட்ட வேண்டும் என நினைத்த பாய் பிரம்மானந்த், அசுதோசு லஹரி என்ற இரு புரட்சிக் கைதிகள் ஒருநாள் டேவிட் பர்ரியைப் பிடித்து தலைக்கு மேல் தூக்கி தரையில் அடித்தனர். எலும்பு முறிவோடு உயிர் தப்பினான் டேவிட் பர்ரி. அதன்பின் உணர்ச்சிமிக்க உண்ணாவிரதப் போராட்டம் சிறைச்சாலைக்குள் தொடங்கப்பட்டது.

10

உரிமைகள் கேட்டு உண்ணாவிரதம்

உண்ணாவிரதப் போராட்டத்தைத் தொடங்குவதற்கு முன் அடிப்படை வசதிகளை செய்து தரக் கேட்டும், மனிதாபிமான நடவடிக்கைகள் கோரியும் புரட்சிக் கைதிகள் சிறை அதிகாரிகளிடம் நோட்டிஸ் கொடுத்தனர். சிறை அதிகாரிகளுக்கோ அது குப்பைக் காகிதமாகத் தெரிந்தது. அதன் மீதான எந்த நடவடிக்கையையும் அவர்கள் எடுக்கவில்லை. தலைமை ஆணையரோ, "நான் என் நிலையிலிருந்து இம்மியளவும் மாறமாட்டேன். உள்ளிருப்பு உண்ணாவிரதப் போராட்டம் நடத்தும் புரட்சிக் கைதிகளின் சடலங்கள் கடலில் மிதக்கட்டும்" என கொக்கரித்தான்.

வேறு வழியில்லாத நிலையில் சிறைச்சாலையில் 1933 மே 12ல் உண்ணாவிரதம் ஆரம்பமானது. அதை நிறுத்துவதற்காக பல்வேறு நடவடிக்கைகளை சிறை அதிகாரிகள் மேற்கொண்டனர். போராட்டக் கைதிகளின் மனவலிமைக்கு முன் சிறை அதிகாரிகளின் எந்தக் கடும் முயற்சியும் பலனளிக்கவில்லை. இதைப் பற்றி டல்ஹவுசி வெடிகுண்டு வழக்கில் குற்றம் சாட்டப்பட்டு அந்தமானுக்குக் கொண்டு வரப்பட்ட டாக்டர் பூபல் போஸ், "உண்ணாவிரதத்தை உடைக்கத் துடித்த சிறை அதிகாரிகள் தண்ணீர் வசதியை நிறுத்தினர். குளிப்பதற்கும், முகம் கழுவுவதற்கும் கூட நாங்கள் அனுமதிக்கப்படவில்லை. முதல் சில நாட்கள் அவர்கள் தந்த கஷ்டங்களையும், நாங்கள் பட்ட வேதனைகளையும் விவரிக்க இயலாது.

பசி குடலைத் தின்று கொண்டிருப்பதைப் போன்ற உணர்வு! சித்ரவதைப்பட்டு உயிர் வாழ்வதை விட இறப்பதே மேல் என்ற உணர்வு தான் எங்களைப் பற்றியிருந்தது. பல்வேறு உணவுப் பொருட்களைப் பற்றிய கற்பனைகள் எங்கள் மனக்கண்கள் முன்பு சுழன்று கொண்டேயிருந்தாலும் ஐந்தாவது, ஆறாவது நாளில் பசி உணர்வு மங்கிவிட்டது. உடல் வலுவிழுந்தது. ஆனால் மனம் மட்டும் உறுதியாகவும் தெளிவாகவும் இருந்தது. அதனால் நாங்கள் "உண்ணாவிரதிகள்" என்ற மனோதத்துவ முறைக்கு மாற முடிந்தது" என்று உண்ணாவிரதப் போராட்ட நிலையையும், புரட்சிக் கைதிகளின்

மனநிலையையும் விவரிக்கிறார். இப்படித் தொடர்ந்த உண்ணாவிரதப் போராட்டத்தால் புரட்சிக் கைதிகளின் உடல்நிலை தொடர்ந்து மோசமாகி வந்ததோடு மூன்று பேரின் உயிரும் பலியானது.

பகத்சிங்கின் நெருங்கிய சகாவும், அவருடன் லாகூர் சதி வழக்கில் குற்றம் சாட்டப்பட்டு ஆயுள் தண்டனை பெற்று அந்தமானுக்கு கொண்டு வரப்பட்ட வருமான மகாவீர்சிங் முதலில் பலியானார். உண்ணாவிரதப் போராட்டம் ஆரம்பித்த ஐந்தாம் நாள் மகாவீர் சிங்கிற்கு வலுக்கட்டாயமாகப் பாலை புகட்ட, அங்கிருந்த மருத்துவர்கள் முயன்றனர். முரண்டு பிடித்து திமிறி எழுந்த மகாவீர் சிங்கை பத்துக்கும் மேற்பட்ட காவலர்கள் பிடித்துக் கொள்ள, கட்டாயப்படுத்தி அவர் வாயில் ரப்பர் குழாய் மூலம் பாலைத் திணித்ததில் அது அவரது நுரையீரலுக்குச் சென்று உயிரைப் பறித்தது.

அவரையடுத்து அனுசீலன் கட்சியைச் சேர்ந்த மோகன் கிஷோர் நாமதாஸ் என்ற புரட்சி வீரனுக்கும் மகாவீர் சிங்கிற்கு கொடுக்கப்பட்டதைப் போலவே பாலை ரப்பர் குழாய் மூலம் கொடுத்த போது அது அவருடைய நுரையீரலுக்குள் புகுந்தது. அதனால் நிமோனியா நோய் ஏற்பட்டு அங்கிருந்த மருத்துவமனையில் சேர்க்கப்பட்டார். ஆயினும் தன்னுடைய மனவலிமையால் மருத்துவமனையிலும் தொடர்ந்து ஏழுநாட்கள் விரதமிருந்து உயிரை விட்டார். இவரைப் போலவே நிமோனியாவில் பாதிக்கப்பட்டு உயிரிழந்த மற்றொரு புரட்சி வீரன் மோகித் மொய்த்ரா!

இவர்களின் சடலங்களை சிறை அதிகாரிகள் வெளியில் தெரியாமல் கடலில் வீசி எறிந்தனர். மகாவீர் சிங்கின் உடலை பாறாங்கல்லில் கட்டி கடலில் தள்ளி மூழ்கடித்தனர். அந்தமான் சிறைச்சாலையில் நடைபெற்று வரும் உண்ணாவிரதப் போராட்டமும், அதில் தீரமும், வீரமும் மிக்க மூன்று புரட்சியாளர்கள் உயிரிழந்த செய்தியும், அவர்களை சிறை அதிகாரிகள் கடலில் வீசி எறிந்த அநாகரிகமும் இந்தியாவிற்கு பரவியது. இந்தியாவிலும், அந்தமானிலும் உண்ணாவிரதத்துக்கு ஆதரவாக மக்கள் குரல் கொடுத்தனர். இறந்த வீரர்களுக்கு அஞ்சலி செலுத்திய விடுதலைப் போராட்டத் தலைவர்கள் உண்ணாவிரதத்தைக் கைவிட்டு உயிர்ப்பலியைத் தவிர்க்கும்படி வேண்டுகோள் விடுத்தனர். ரவீந்திர நாத் தாகூர் உண்ணாவிரதமிருந்த புரட்சிக் கைதிகளுக்கு அனுப்பிய தந்தியில்,

"உங்களுடைய தாய்நாடு உங்களைப்போல நன்கு மலர்ந்த மலர்களை ஒருபோதும் மறக்காது. மூன்று உண்ணாவிரதிகள் மரணமடைந்ததும், இதர உண்ணாவிரதிகள் உண்ணாவிரதத்தைத் தொடர்வதும் நாட்டு மக்களிடையே பெரும் கொந்தளிப்பை

ஏற்படுத்தியுள்ளது. பத்திரிக்கைகளும் தீவிர பிரச்சாரத்தில் இறங்கியுள்ளன" என்று கூறியிருந்தார்.

ஒரு நாள், இரண்டு நாள் அல்ல; 45 நாட்கள் உண்ணாவிரதம் தொடர்ந்து கொண்டேயிருந்தது. 46வது நாளில் அரசாங்கம் தன் நிலையிலிருந்து இறங்கி வந்ததோடு புரட்சிக் கைதிகளின் கோரிக்கைகளை ஏற்றுக் கொள்வதாக அறிவித்தது. அதன்படி - சிறைச்சாலையின் அறைகளில் விளக்கு வெளிச்சம் ஏற்பட்டது.

பத்திரிகை, புத்தகங்களை அரசாங்கம் தந்தது.

புரட்சிக் கைதிகள் ஒன்றாகக் கூடி பத்திரிக்கைகள் படிக்கவும், புத்தகங்கள் வாசிக்கவும், அவைகளை விவாதிக்கவும் அனுமதிக்கப்பட்டது.

குடும்பத்தினர்களுடன் கடிதத் தொடர்பு கொள்ள வழிவகை செய்யப்பட்டது.

இசைக் கருவிகள் தரப்பட்டன. ஓய்வு நேரங்களில் விளையாட அனுமதிக்கப்பட்டனர்.

உணவு முறையில் மாற்றம் செய்யப்பட்டதோடு சிறை அதிகாரிகளின் நடத்தைகளிலும் மாற்றங்கள் ஏற்படுத்தப்பட்டன.

கடுமையான, கொடூரத் தண்டனைகள் நீக்கப்பட்டு சட்டப்படி எளிமையான வேலைகள் குறிப்பிட்ட நேர அளவில் மட்டும் தரப்பட்டன. இப்படி அடிப்படை உரிமைகளைக் கொண்ட சலுகைகளோடு இதர பல சிறப்புச் சலுகைகளும் உண்ணாவிரதம் மூலம் பெறப்பட்டது. 1933 ஜூன் மாதம் 26ம் நாள் உண்ணாவிரதப் போராட்டம் முடிவுக்கு கொண்டு வரப்பட்டது.

11

பாடசாலையான சிறைச்சாலை

புரட்சிக் கைதிகள் சிறையில் தங்களுக்குத் தரப்பட்ட புத்தகங்களையும், பத்திரிக்கைகளையும் படிக்க ஆரம்பித்தனர். உண்ணாவிரதப் போராட்ட துவக்க காலத்தில் அலிப்பூர், எரவாடா சிறைகளிலிருந்தும், இதர பகுதிகளிலிருந்தும் கம்யூனிச சித்தாந்தங்களோடு வந்த புரட்சிக் கைதிகள் ஒன்றிணைந்து தங்களை ஒரு ஒழுங்கிற்குள் அமைத்துக் கொள்ள விரும்பினர். அதற்கேற்ப நூலகக் குழு, உணவுக் குழு ஆகியவைகள் உருவாக்கப்பட்டு அதில் குழுக்களாக இணைந்து அது சார்ந்த வேலைகளைப் பங்கிட்டுக் கொள்ள ஆரம்பித்தனர்.

தவிர, அப்போது அந்தமான் சிறையில் மாணவர்கள், மருத்துவர்கள், வழக்கறிஞர்கள் என பல பிரிவுகளைச் சார்ந்தவர்கள் இருந்ததால் அவர்களைக் கொண்டு கல்வி வாரியம் (Board of Education) ஒன்று தொடங்கப்பட்டது. இதன் மூலம் அரசியல், பொருளாதாரம், வரலாறு, தத்துவம், இயற்பியல், உயிரியல் போன்ற துறைகளில் விவாதங்கள் நடத்தப்பட்டன. விளக்க உரைகள் வாசிக்கப்பட்டன. செய்தித்தாள்களில் வந்த தலைப்புச் செய்திகள் தொகுக்கப்பட்டு அவை விவாதங்களுக்கு எடுத்துக் கொள்ளப்பட்டன.

கல்விவாரியம் சிறையிலிருந்த மற்ற கைதிகளுக்கும் பாடங்களை நடத்தியது. அந்தந்தத் துறை சார்ந்தவர்கள் மற்ற புரட்சிக் கைதிகளை விசய ஞானமுள்ளவர்களாக மாற்றும் வேலைகளை செய்தனர். அதற்காக புதிய பாடத்திட்டங்கள் உருவாக்கப்பட்டன. மொழி தெரியாதவர்களுக்கு அவர்களுடைய தாய்மொழியில் மொழியாக்கம் செய்யப்பட்டு பாடங்கள் தயார் செய்யப்பட்டன. காலை, மாலை என இரு வேளைகளில் வகுப்புகள் நடத்தப்பட்டன. 30க்கும் மேற்பட்ட ஆசிரியர்கள் இந்த வகுப்புகளை நடத்தினர். கூடுதல் மொழிகளைத் தெரிந்து கொள்ளும் வகையில் ஆங்கிலம், இந்தி மொழிகள் கற்றுக் கொடுக்கப்பட்டது. விடுதலைக்குப் பின் மக்களிடம் சென்று பணிபுரிய ஏதுவாக அனைவருக்கும் பேச்சுப் பயிற்சி அளிக்கப்பட்டது. எழுத்துப் பயிற்சி பெறுவதற்காக பத்திரிக்கையாளர் வகுப்புகள் எடுக்கப்பட்டன. அவ்வகுப்புகளில் கலந்து கொள்ளும் புரட்சிக் கைதிகளின்

எழுத்தார்வத்தைத் தூண்டும் வகையில் கட்டுரைகள், செய்திகள் எழுத பயிற்சி அளிக்கப்பட்டது. பயிற்சிகளை முடித்த அவர்கள் தங்களின் எண்ணங்களை எழுத்தில் கொண்டு வர ஏதுவாக "Call" என்ற கையெழுத்துப் பிரதி சிறையில் வெளியிடப்பட்டது. இது தவிர வங்கமொழியில் 10 வார இதழ்களும், இந்தி மொழியில் 1 வார இதழும் வெளியிடப்பட்டது. மே தினம், ஸ்பெயின் தினம், இரஷ்ய புரட்சி தினம் ஆகிய நாட்களில் சிறப்பு கையெழுத்துப் பிரதிகள் வெளிக் கொணரப்பட்டது.

மார்க்சிய சித்தாந்தங்களைக் கொண்டவர்கள் நிரம்பியிருந்த சிறையில் தினமும் மார்க்சிய வகுப்புகள் நடத்தப்பட்டன. நிரஞ்சன் சென், சதிஷ் பக்ராஷி, கோபால் ஆச்சார்யா, பங்கேஸ்வர் ராய், அரிகிருஷ்ண கோனார், சுதான் சுதாஸ் குப்தா ஆகியோரைக் கொண்ட குழுவை உருவாக்கிய டாக்டர் நாராயண ராய் அவர்களுக்கு ஆசிரியராகவும் இருந்தார். மார்க்சிய நூல்களை இரவில் படிப்பதும், மறுநாள் காலையில் கூடி விவாதிப்பதுமாக வகுப்புகள் நடைபெற்று வந்தன. விவாதத்திற்கு லெனின், ஸ்டாலின், காரல்மார்க்ஸ், ஜூலியஸ் ஹெகர் ஆகியோரின் நூல்கள் எடுத்துக் கொள்ளப்பட்டன. நாளடைவில் மார்க்சிய கம்யூனிசத்தின் தாக்கம் மற்ற புரட்சிக் கைதிகளிடமும் ஏற்பட்டது. அவர்கள் தாமாகவே விரும்பி மார்க்சிய நூல்களை பெற்று படிக்கலாயினர். இந்நிலையில் வங்காளத்தில் இருந்த கம்யூனிஸ்ட் தலைவர் அப்துல் ஹலீமின் யோசனைப்படி 1935 ஏப்ரல் 26ல் அந்தமான் சிறைச்சாலைக்குள் 39 பேரைக் கொண்ட கம்யூனிச ஒருங்கிணைப்புக் குழு (Communist Consolidation Group) தொடங்கப்பட்டது. பின்னர் அதன் எண்ணிக்கை 39லிருந்து 200ஐத் தொட்டது.

இக்குழு தேசிய - சர்வதேச பிரச்சினைகளை உன்னிப்பாகக் கவனித்து அது குறித்து விவாதித்தும் வந்தது. தவிர, புதிதாக அந்தமான் சிறைச்சாலைக்குக் கொண்டு வரப்பட்ட புரட்சிக் கைதிகள் இந்தியாவில் நிலவி வந்த அரசியல் நிலைமைகள் பற்றியும், இன்னொரு உலக யுத்தம் ஆரம்பமாவதற்கான சாத்தியங்கள் நிலவி வருவதைப் பற்றியும் விரிவாக எடுத்துச் சொன்னார்கள். 1937ல் நடந்த மாகாண சட்டமன்றத் தேர்தலில் காங்கிரஸ் ஏழு மாகாணங்களில் வெற்றி பெற்று பதவியேற்று இருந்தது. இந்த சாதகமான சந்தர்ப்பத்தில் தான் ஆங்கிலேய அரசாங்கத்தை நெருக்குதல்களுக்கு உள்ளாக்கி நிர்பந்தப்படுத்தி இந்தியா திரும்ப முடியும் என கம்யூனிச ஒருங்கிணைப்புக் குழு நினைத்தது. அது குறித்து பல மணிநேரங்கள் விவாதிக்கப்பட்ட பின் புரட்சிக் கைதிகள் அனைவரையும் இந்திய சிறைச்சாலைகளுக்கு மாற்ற வேண்டும் என்ற கோரிக்கையை இந்தியாவை ஆண்டு கொண்டிருந்த ஆங்கிலேய அரசுக்கு அனுப்பினர். அதே நேரம் இந்தக் கோரிக்கை

டெல்லி சட்டமன்றத்திலும் விவாதிக்கப்பட்டது. பத்திரிக்கைகள் இது பற்றி தொடர்ந்து எழுதி வந்தன. காங்கிரஸ் ஸ்தாபனம் இக்கோரிக்கை குறித்து ஆராய பஞ்சாப் காங்கிரஸ் தலைவர்களில் ஒருவரான ரெய்சடா ஹன்ஸ்ராஜையும், உத்தரப்பிரதேசத்தைச் சேர்ந்த முஸ்லீம் லீக்கின் தலைவரான முகம்மது யாமிக்கானையும் அந்தமானுக்கு அனுப்பி வைத்தது. அவர்கள் அந்தமான் வந்து சிறைச்சாலையிலிருந்த கைதிகளை சந்தித்துப் பேசினர். அங்குள்ள நிலைமைகளைத் தெளிவாக விவரித்து தங்களின் அறிக்கையை காங்கிரஸ் ஸ்தாபனத்திடம் கொடுத்தனர். ஆனால் அதன் பலன் எதிர்பார்த்தபடி இருக்கவில்லை!

இதனால் சிறைச்சாலைக்குள் மீண்டும் ஒரு விவாதம் நடத்தப்பட்டது. தொடர் நடவடிக்கைகள் குறித்து ஆராயப்பட்டது. முடிவில் இதற்கென ஒரு போராட்டக்குழு சர்வகட்சிகளையும், குழுக்களையும் பிரதிபலிக்கும் வகையில் அமைக்கப்பட்டது. கோரிக்கைகளும், பொறுமையும் இனி பயன் தராது என்ற நிலையில் போராட்டக் குழு,

1. அந்தமான் சிறையிலிருக்கும் புரட்சிக் கைதிகளை இந்திய சிறைச்சாலைகளுக்கு மாற்ற வேண்டும்.

2. அவர்கள் உடனடியாக விடுதலை செய்யப்பட ஆவண செய்ய வேண்டும்.

3. புரட்சிக் கைதிகளை மூன்றாம் பிரிவுக் கைதிகளாக நடத்தாமல் இரண்டாம் பிரிவுக் கைதிகளாக நடத்த வேண்டும் என்ற மூன்று கோரிக்கைகளைத் தயார் செய்து அம்மனுவை இந்திய ஆளுனருக்கு அனுப்பி வைத்தது. கோரிக்கைகள் நிறைவேற்றப்படுவதன் பொருட்டு பரிசீலிக்கப்படாத பட்சத்தில் சாகும் வரை உண்ணாவிரதம் தொடங்கப்படும் என இந்திய ஆங்கிலேயே அரசிடம் பதினைந்து நாட்களுக்கு முன்னரே தெரிவிக்கப்பட்டிருந்த போதிலும் அரசு அதுபற்றி எந்த அக்கறையும் கொள்ளாததோடு கோரிக்கையையும் ஏற்க மறுத்தது. இதனால் இரண்டாம் கட்ட உண்ணாவிரதப் போராட்டம் ஆரம்பமானது.

12

விடுதலை கேட்டு உண்ணாவிரதம்

கைதிகள் அந்தமான் "நரகம்" என்று சொல்லி முறையிட உள்துறை செயலாளராக இருந்த சர். ஹென்றி கிரைக் என்பவனோ அதை "கைதிகளின் சொர்க்கம்" என்று பிதற்றினான். இதனால் இனியும் பொறுமை காப்பது இப்போது நிலவும் சாதகமான சந்தர்ப்பத்தை இழக்க வைத்துவிடும் என நினைத்த போராட்டக்குழு 1937 ஜூலை 25ல் இரண்டாம் கட்ட உண்ணாவிரதப் போராட்டத்தை அறிவித்தது. 230 அரசியல் கைதிகள் உண்ணாவிரதிகளாக மாறினார். இச்செய்தி இந்தியா முழுக்க பரவியது. அவர்களுக்கு ஆதரவாக ஏராளமான ஆதரவுக் குரல்கள் நாடு முழுவதும் ஒலித்தன. மாணவர்கள், பாட்டாளி வர்க்கத்தினர், படித்த அறிஞர்கள் எனப் பலரும் ஒன்று திரண்டு ஆங்கிலேய அரசுக்கு எதிரான ஆர்ப்பட்டங்களை நடத்தினர்.

அலிபூர், பெர்ஹாம்பூர், மிதுனபுரி, ராஜ் சாஹி, ஹிஜ்லி, தியோலி, டாக்கா சிறைகளிலிருந்த கைதிகளும் அந்தமான் சிறைக் கைதிகளுக்கு ஆதரவாக உண்ணாவிரதப் போராட்டத்தைத் தொடங்கினர். நிலைமை விபரீதமாவதைக் கண்ட தேசத் தலைவர்கள் கவலை கொண்டனர். உண்ணாவிரதம் என்ற ஒற்றை ஆயுதத்தை மட்டும் வைத்துக் கொண்டு வலிமையான ஆங்கிலேய சாம்ராஜ்யத்தை பல நேரங்களில் மன்றாட வைத்த காந்தியே உண்ணாவிரதத்தைக் கைவிட்டு விடும்படியும், உயிர்ப்பலி ஏற்படுவதைத் தடுக்கும்படியும் வேண்டுகோள் விடுக்குமளவுக்கு அதன் தீவிரம் அந்தமானிலும், இந்தியாவிலும் இருந்தது.

வேண்டுகோள் விட்டுக்கொண்டே மறுபுறம் ஆங்கிலேய அரசை தலைவர்கள் நிர்பந்திக்க ஆரம்பித்தனர். 35வது நாளாக உண்ணாவிரதப் போராட்டம் நீடித்தது. தலைவர்களின் தலையீட்டாலும், தொடர் வற்புறுத்தல்களாலும் அரசாங்கம் தன் நிலையிலிருந்து இறங்கிவர ஆரம்பித்தது. அந்தமான் சிறையிலிருந்து ஒரு குறிப்பிட்ட அளவினரை மட்டும் இந்திய சிறைகளுக்கு மாற்ற முடிவு செய்தது. இதனால் உண்ணாவிரதப் போராட்டம் முற்றுப் பெறாமல் தொடர்ந்து நீடிக்கவே 45வது நாள் அரசு பணிந்தது. அந்தமானிலிருந்த புரட்சிக் கைதிகள்

அலிபூர் மத்திய சிறைக்கும், ரத்னகிரி சிறைக்கும் மாற்றப்பட்டனர். பொதுத் தேர்தலில் வெற்றி பெற்று ஆட்சிபுரிந்த பம்பாய் காங்கிரஸ் மந்திரிசபை 1937ல் பல்வேறு சிறைகளிலிருந்தும் அவர்களை விடுதலை செய்தது. அப்படி விடுதலை செய்யப்பட்டவர்களில் ஒருவர் வீர சவர்க்கர்!

1938 ஜனவரி 18ல் கடைசிப் பகுதி கைதிகளை ஏற்றிக் கொண்ட கப்பல் அந்தமான் கரையை விட்டுக் கிளம்பியது.

13

சுதந்திரக்கொடி பறந்த அந்தமான்

இரண்டாம் உலகப் போரில் சிங்கப்பூர், பிலிப்பைன்ஸ், சுமத்ரா, ஜாவா, மலேசியா, பர்மா முதலிய பகுதிகள் வீழ்ச்சியடைய "ஆசியா ஆசியர்களுக்கே" என்ற குரல் ஜப்பானின் கிழக்குப் பகுதிகளில் ஒலிக்க ஆரம்பித்தது. அந்தமான் தீவுப் பகுதிகளை ஜப்பான் கைப்பற்ற முடிவு செய்தது. தங்களின் ஆளுகையில் இருந்தாலும் அங்கு வலிமையான படைப்பிரிவு ஏதுமில்லாததால் அந்தமானிலிருந்து மக்களையும், நிர்வாகத்தினரையும் வெளியேற்றி விட பிரிட்டன் நினைத்தது. அதன் பொருட்டு அனுப்பப்பட்ட டி.எஸ்.எஸ்.மகாராஜா என்ற கப்பலில் பலர் சென்னைக்குத் தப்பி வந்தனர். சிலர் இலங்கை பகுதிக்குத் தப்பிச் சென்றனர். அந்தமான் தீவுப் பகுதிகளிலிருந்து வெளியேறுவதற்காக சிறப்பு ஏற்பாடுகளைச் செய்து கொடுத்த பிரிட்டன் தபால் தந்தி நிலையம், கப்பல் கட்டும் தளம், மர ஆலை, துறைமுகம் ஆகியவைகளைக் குண்டு வைத்து தகர்த்தெறிந்து விட்டு உள்ளூர் மக்களிடம் நிர்வாகத்தை ஒப்படைத்தது.

இந்நிலையில் அந்தமானை நெருங்கி வந்த ஜப்பானியப் படைகளின் விமானங்கள் அங்கு குண்டு மழை பொழிந்தன. கூண்டுச் சிறை, போர்ட்பிளேயர் துறைமுகம், அரசு மாளிகை, அபார்டீன் படகுத் துறை ஆகியவைகளை வான்படைகள் தாக்க முற்றுகை நோக்கில் ஜப்பானிய போர்க்கப்பல்கள் முன்னேறி வந்தன. 1942 மார்ச் 23 அன்று நள்ளிரவில் அவை போர்ட்பிளேயரை முற்றுகையிட்டு உள்ளே புகுந்தன. பெரிய எதிர்ப்புகள் ஏதுமில்லாத நிலையில் அந்தமான் தீவுப்பகுதிகளைப் பிடித்த ஜப்பான் ராணுவத்தினர் கூண்டுச் சிறையின் கதவுகளைத் திறந்து விட்டு கைதிகள் அனைவரையும் வெளியேற்றினர்.

ஜப்பானின் வெற்றிச் சூடு ஆறும் முன்பே அவர்களுக்கு மிகப்பெரிய அதிர்ச்சி தரும் விசயம் நடந்தது. அன்று நள்ளிரவு ஆங்கிலேயக் கூட்டணி படைகளின் விமானங்கள் அந்தமானின் வான்பரப்பில் வட்டமடிக்க ஆரம்பித்தன. ஜப்பானியர்களின் இலக்குகள் மீது குண்டுத்

தாக்குதல்கள் நடைபெற்றன. அந்தமான் தீவிலிருந்த ஜப்பான் படை வீரர்களுக்கு தேவையான உணவு, வெளி உதவிகளின் தொடர்புகள் துண்டிக்கப்பட்டன. இதற்கு உள்ளூர் மக்கள்தான் காரணம் என நினைத்து அவர்கள் மீது கோபம் கொண்ட ஜப்பானியப் படைவீரர்கள் பலரைச் சுட்டுக் கொன்றனர். ஆழ் கடலில் உயிரோடு இறக்கினர். சந்தேகம் கொள்ளப்பட்டவர்களைப் பிடித்து மீண்டும் கூண்டுச் சிறையின் ஆறாவது பிரிவில் அடைத்தனர்.

பெண்களிடம் முறைகேடாக நடப்பது, தடுக்க முற்படுபவர்களை ஈவு இரக்கமின்றி சுட்டுத் தள்ளுவது, வீடுகளுக்குத் தீ வைப்பது என வெறியாட்டம் ஆடினர். எதிர்த்து நின்ற உள்ளூர் இளைஞர்களையும், ஆங்கிலேய அதிகாரிகளையும் கை, கால், தொடை எலும்புகளை முறித்து கொடுமைப்படுத்திக் கொன்றனர்.

ஜப்பான் இராணுவத்தினரின் இந்தச் செயல்கள் அதன் இராணுவத்தலைவர் மேஜர் ஹிராகவாவின் கவனத்திற்கு எடுத்துச் செல்லப்பட்டதையடுத்து ஓரளவு நிலைமை சீரானது. ஜப்பான் இராணுவத்தினர் கிராமங்களுக்குள் நுழைய தடை விதிக்கப்பட்டது.

இரண்டாம் உலக யுத்தம் உச்சகட்டத்தில் இருந்த 1943ல் கிழக்கு ஆசிய நாடுகளின் அவசரக் கூட்டத்தை ஜப்பானின் டோக்கியோ நகரில் கூட்டிய அந்நாட்டின் பிரதமர் டோஜா (Toja) சிங்கப்பூரில் சுதந்திர இந்திய அரசை நிறுவி அதன் தலைமைத் தளபதியாக இருந்த நேதாஜியை அக்கூட்டத்தில் கலந்து கொள்ள வருமாறு அழைப்பு விடுத்தார். அதற்கு நேதாஜி அந்தமானை சுதந்திர இந்திய அரசிடம் ஒப்படைப்பதோடு அதன் தலைவராக (ஆட்சியாளர்) தன்னை அங்கீகரித்தால் அக்கூட்டத்தில் கலந்து கொள்வதாக கோரிக்கை வைத்தார். அவரின் கோரிக்கையை ஏற்ற ஜப்பானின் பிரதமர் டோஜா 1943 நவம்பர் 7ல் அந்தமான் தீவுப் பகுதிகளை சுதந்திர இந்திய அரசிடம் ஒப்படைக்கும் தன் முடிவை பிரகடனப்படுத்தினார்.

அந்தமான் தீவுப் பகுதியின் ஆட்சியாளராக நேதாஜி 1943 டிசம்பர் 29ல் போர்ட்பிளேயரின் லம்பா லயன் விமான நிலையத்தில் வந்திறங்கினார். வழியெங்கும் வரவேற்புகளுடன் மறுநாள் கூண்டுச் சிறையை பார்வையிட்டார். அன்றுமாலை அந்தமான் கிளப்புக்கு முன்புறமுள்ள ஜிம்கானா திடலில் மக்களும், விடுதலை வீரர்களும், ஜப்பானிய இராணுவத் தளபதிகளும் சூழ்ந்திருக்க, அந்தமான் நிக்கோபர் தீவுகளுக்கு தியாகிகளின் நினைவாக ஷாகித் என்றும், சுயராஜ்ய தீவு என்ற பொருளில் ஸ்வராஜ் என்றும் பெயர்சூட்டி இந்திய சுதந்திரக் கொடியை பறக்கவிட்டு வீரவணக்கம் செய்தார். பின் தனது உணர்ச்சிகரமான உரையை 1½ மணி நேரம் நிகழ்த்தினார். தனது உரையை "டெல்லி சலோ" (டில்லிக்கு போ) என்ற முழக்கத்தோடு

முடித்தவர் ஆங்கிலேயக் கொடிகள் பறந்த அரசு மாளிகைகள், செயலகம் ஆகியவைகளிலும் இந்தியக் கொடியைப் பறக்கவிட்டார். அந்தமானில் சுதந்திரக் கொடியைப் பறக்கவிட்டு ஆட்சி செய்ய வழிவகுத்த நேதாஜி 1944ல் அந்தமான் தீவை விட்டு வெளியேறினார்.

ஜப்பானில் இருந்து வெளியேறிய சுபாஷ் சந்திரபோஸ் அந்தமான் தீவில் ஜப்பானிய இராணுவத்தினர் இந்தியர்களுக்கு இழைத்து வரும் கொடுமைகள் குறித்து ஜப்பான் பிரதமர் டோஜாவிடம் பேசினார். அவரின் உத்தரவுப்படி நிலைமைகளை நேரடியாக ஆராய்வதற்காக அந்தமானிற்கு வந்த மூன்று நீதிபதிகள் கொண்ட குழு, விசாரணை என்ற பெயரில் கூண்டுச் சிறையில் ஜப்பான் இராணுவத்தினர் அடைத்து வைத்திருந்த 600 பேரையும் உடனடியாக விடுதலை செய்து உத்தரவிட்டது.

ஆக்ரோஷமாகவும், பெரும் உக்கிரத்தோடும் நடந்து வந்த இரண்டாம் உலகயுத்தத்தின் முடிவு திடீரென தலைகீழானது. பிரிட்டனும் அதன் கூட்டுப் படைகளும் தாக்குதல்களைத் தீவிரமாக்கின. ஜப்பானின் ஹிரோசிமா, நாகசாகி ஆகிய நகரங்களின் மீது அணு குண்டுகள் வீசப்பட்டதால் ஜப்பான் நிபந்தனையின்றி சரணடைந்தது. அந்தமானிலும் ஜப்பானியப் படைகள் சரணடையவே, மீண்டும் அந்தமான் தீவுப் பகுதி ஆங்கிலேயர்களின் வசமானது.

14

சிதைந்து போன கூண்டுச் சிறை

சுதந்திரப் போராட்ட வீரர்களின் சுவாசத்தைக் காவு வாங்கும் களமாக நின்ற அந்தமான் கூண்டுச்சிறை 1940களின் இறுதியில் சிதைய ஆரம்பித்தது. 1941ல் அந்தமானில் ஏற்பட்ட நிலநடுக்கத்தாலும், ஜப்பானியர்களின் வெடிகுண்டுத் தாக்குதல்களாலும் கூண்டுச்சிறை பெரும் அழிவிற்குள்ளானது. ஜப்பானியர்கள் அந்தமானைக் கைப்பற்றியதும் அங்கு "பங்கர்கள்" என்றழைக்கப்படும் பதுங்கு அறைகளையும், தடுப்பு அரண்களையும் அமைத்துக் கொள்வதற்குத் தேவைப்பட்ட செங்கல், மரம், இரும்புக் கம்பிகள் போன்றவைகளுக்காக கூண்டுச் சிறையின் 2, 3, 4வது பிரிவுகளைத் தகர்த்தெறிந்தனர்.

ஏழு பிரிவுகளைக் கொண்ட கூண்டுச் சிறையின் நான்கு பிரிவு முற்றிலும் சேதமாகியிருந்ததை டெமல்லோ என்ற செயற்பொறியாளரின் அறிக்கை உறுதி செய்யவே, அவைகளை முற்றிலும் இடிக்கும் நிலை உருவானது. அப்படி இடிக்கப்பட்ட பிரிவுகள் இன்று விடுதலை வீரர் கோவிந்த வல்லப பந்த் பெயரில் பொதுமருத்துவமனையாக செயல்பட்டு வருகிறது.

மெல்ல மெல்ல இயற்கையாலும், இன்ன பிற காரணங்களாலும் அழிவிற்குள்ளான கூண்டுச்சிறையில் இன்று முகப்புக் கட்டிடமும், மூன்று பிரிவுகளும் மட்டுமே எஞ்சி நிற்கிறது. 696 அறைகள் இருந்த இடத்தில் இன்று மிஞ்சியது 283 அறைகள் மட்டுமே! விடுதலை வேங்கைகள் உலாவித் திரிந்த இவ்விடத்தை விடுதலைக்குப் பின் தேசிய நினைவுச் சின்னமாக (National Memorial) மாற்ற வேண்டும் என கோரிக்கை விடப்பட்டது. அக்கோரிக்கை விடுக்கப்பட்டு சுமார் எட்டு ஆண்டுகள் கழித்து 1979 பிப்ரவரி 11ல் அப்போதைய இந்திய பிரதமர் மொராார்ஜி தேசாய் கூண்டுச் சிறையை தேசிய நினைவுச் சின்னமாக நாட்டுக்கு அர்ப்பணித்து வைத்தார்.

அங்கு வதைபட்டு, சிதைபட்டு, சீரழிந்த ஆயிரக்கணக்கான புரட்சி வீரர்களின் பெயர்கள் பொறிக்கப்பட்டுள்ளன. முகப்புக் கட்டிடம்

அருங்காட்சியகமாக மாற்றப்பட்டு, முடிந்த மட்டும் சேகரிக்கப்பட்ட புரட்சி வீரர்களின் புகைப்படங்கள், சிறைக் கொடுமைகள் பற்றிய ஆணைகள், செய்திகள், சிறைக் கைதிகளுக்குத் தரப்பட்ட படுக்கை விரிப்புகள், தண்டனை தரப்பட்டவைகளின் மாதிரிகள், ஓவியங்கள், கைதிகள் பயன்படுத்திய பாத்திரங்கள், சீருடைகள் வைக்கப்பட்டுள்ளன.

தூக்கு மேடைகள், எண்ணெய் ஆட்டும் செக்குகள், கயிறு திரிக்கும் இயந்திரங்கள், தண்டனை மேடைகள் ஆகியவைகளும் பாதுகாக்கப்பட்டு காட்சிக்கு வைக்கப்பட்டுள்ளன.

கூண்டுச்சிறையில் வாழ்ந்தவர்கள், இறந்தவர்களின் நினைவாக அமைக்கப்பட்ட நினைவுத் தூணை அப்போதைய குடியரசுத் தலைவர் கியானி ஜெயில் சிங்கும், நாட்டை விட்டு பிரிந்து நாட்டிற்காகவே தன்னுயிரை கூண்டுச் சிறையில் இழந்த வீரத்தியாகிகளளான இந்து பூசன் ராய், பாபா பான்சிங், பண்டித ராம் சக்சா, மகாவீர் சிங், மோசன் கிசோர் நாமதாஸ், மோகித்மொய்த்ரா ஆகியோர்க்கு கூண்டுச் சிறையின் முன்புற பூங்காவில் அமைக்கப்பட்ட சிலைகளை அப்போதைய குடியரசுத் தலைவர் கே. ஆர். நாராயணனும் திறந்து வைத்து அஞ்சலி செலுத்தினர். கூண்டுச்சிறையின் படம் பொறிக்கப்பட்ட ஒரு ரூபாய் நாணயத்தையும், தபால் தலையையும் வெளியிட்டு அரசு கௌரவப்படுத்தியது.

விடுதலைப் போராட்டத்தின் அங்கமாய் விளங்கும் அந்தமானிற்கு வந்து கூண்டுச்சிறையைப் பார்த்துச் செல்வதும், அங்கு உயிர் நீத்த வீரர்களுக்கு அந்த மண்ணில் நின்று வீரவணக்கம் செலுத்துவதும் மட்டுமே சுதந்திர சுவாசக் காற்றின் சந்தோச வலிகளை நமக்கு முழுமையாக உணர்த்தும்.

15

இன்னபிற தகவல்கள்

1. 600 குற்றவாளிகளை அடைப்பதற்கேற்ப தனித்தனி அறைகளுடன் கூடிய சிறைச்சாலையைக் கட்டுவதற்கான திட்டத்தைத் தயாரித்து அளித்தவர் கர்னல் தாமஸ் கேடல்.

2. சிறைச்சாலையைக் கட்டுவதற்கான கட்டுமான நிர்வாகியாகப் பணியாற்றியவர் மெக்கலன்.

3. அந்தமான் கூண்டுச் சிறைச்சாலையைக் கட்டி முடிக்க ஆன செலவு 5,17,352 ரூபாய்.

4. அந்தமான் கூண்டுச் சிறையில் 47 ஆண்டுகள் சிறைத் தண்டனை பெற்றவர் முகாய் சிங்.

5. அந்தமான் கூண்டுச் சிறையில் தூக்கு மேடையில் முதன் முதலில் தூக்கிலிடப்பட்டவர் நாராயண்.

6. நிலநடுக்கம், இரண்டாம் உலகப்போர் ஆகியவைகளினால் பாதிப்புக்குள்ளான அந்தமான் சிறைச்சாலை சிலகாலம் ஆதரவற்றவர்கள் தங்குவதற்கான குடியிருப்பாகவும் அரசாங்கத்தால் பயன்படுத்தப்பட்டது.

7. அந்தமான் கூண்டுச் சிறையில் இருந்து கடைசியாக விடுதலை செய்யப்பட்டவர்களில் இருவர் சென்னையைச் சேர்ந்தவர்கள். ஒருவர் பயங்கர வெங்கடாச்சாரி. இன்னொருவர் டி. சச்சிதானந்த சிவம்.

8. அந்தமான் கூண்டுச்சிறை 'அடிமையின் அடையாளம்‘ எனச் சொல்லி இடிக்கும் முயற்சிகளை நிறுத்தச் சொல்லி அன்றைய காங்கிரஸ் அரசை எதிர்த்துப் போராட்டங்கள் நிகழ்ந்தன. கட்டியது மட்டுல்ல கட்டியதைக் காப்பாற்றிக் கொள்வதற்குமான போராட்டத்தை உள்ளடக்கிய வரலாறு இச்சிறைக்கு மட்டுமே உண்டு.

9. ஜப்பானிய இராணுவத்தினரின் கொடுமைகளை நேதாஜியிடம் சமயோசிதமாகத் தெரிவித்தவர் பெயர் - ஹரி கிருஷ்ணன். இவர் தான் ஜப்பானின் இராணுவத்தலைவர் வைத்த விருந்தில் நேதாஜிக்கு உணவு பரிமாற நியமிக்கப்பட்டவர்.

10. ஜப்பானிய இராணுவத்தினரை மகிழ்விப்பதற்காகவே கொரியாவிலிருந்து இளம்பெண்கள் வரவழைக்கப்பட்டு செளத் பாய்ண்ட் என்ற இடத்தில் தங்க வைக்கப்பட்டிருந்தனர்.

11. சுதந்திர அந்தமானின் ஆளுநராக நேதாஜியால் நியமிக்கப்பட்டவர் ஏ.டி. லோகநாதன். ஜப்பானிய இராணுவத்தினரின் கொடுமைகளை கண்காணித்துக் கட்டுப்படுத்தும் நோக்கில் நியமிக்கப்பட்ட இவர் இந்திய தேசிய இராணுவத்தின் துணைத் தலைவராகப் பதவி வகித்தவர்.

12. அந்தமான் சிறையில் கொடுமைகள் அனுபவித்த தியாகிகளுக்காக போர்ட்பிளேயரில் 1957ல் நினைவுத்தூண் வைக்கப்பட்டது.

13. அந்தமான் தீவுகளுக்கு பாகிஸ்தானும் உரிமை கோரியது. கடைசி நேரத்தில் அது இந்தியாவிற்கு உரியதாக அறிவிக்கப்பட்டது.

14. யுனெஸ்கோ பாரம்பரியச் சின்னங்களின் பட்டியலில் சேர்ப்பதற்காக அந்தமான் சிறைக்கூடத்தின் பெயர் பரிந்துரைக்கப்பட்டுள்ளது.

15. அந்தமான் போர்ட்பிளேயர் விமான நிலையத்திற்கு "வீர சவர்க்கர்" பெயர் சூட்டப்பட்டு "வீர சவர்க்கர் இண்டர்நேஷனல் விமான நிலையம்" என அழைக்கப்படுகிறது.